# GÃ LÀM THƠ THỜI NHÔM NHỰA

HÙNG NGUYỄN

GÃ LÀM THƠ
thời
Nhôm Nhựa

NHÀ XUẤT BẢN
NHÂN ẢNH
2021

GÃ LÀM THƠ THỜI NHÔM NHỰA
Thơ **Hùng Nguyễn**
Bìa: **Uyên Nguyên Trần Triết**
Dàn trang: **Nguyễn Thành**
Nhân Ảnh Xuất Bản
ISBN: **978-1989993879**
Copyright © by Hung Nguyen

(HÙNG NGUYỄN)
Tập Thơ Lục Bát 4 câu
"GÃ LÀM THƠ THỜI NHÔM NHỰA"

- Họ Tên: Hung M. Nguyen
- Bút hiệu: Hùng Nguyễn
- Năm sinh: 1957
- Nghề nghiệp: Làm thuê.
- Quê quán: Phú Yên, Việt Nam.
- Trú quán: Massachusetts, USA.

Đã in:
• *Chưa Chi Đã Hết Đời*
(Tập thơ, tháng 3/2021, nhà xuất bản Nhân Ảnh).

Mục lục

- Lời mở đầu - Tác giả
- Di Lặc cười — 18
- Nghiệp nhà — 18
- Hậu chiến — 18
- Linh cảm — 19
- Lật trang kinh cũ — 19
- Ngày chết — 19
- Lãnh cảm — 20
- Tiểu dưới trăng — 20
- Trăng ozone — 20
- Múa lân — 21
- Sói hú trăng — 21
- Trăng Quý Phi — 21
- Ngẫu hứng Lý chiều chiều — 22
- Ngẫu hứng Lý chim quyên — 22
- Ngẫu hứng Lý ngựa ô — 22
- Ngẫu hứng Lý con sáo — 23
- Ngẫu hứng Lý quạ kêu — 23
- Ngẫu hứng Lý đa đa — 23
- Thu hoàng bào — 24
- Cánh quạ chiều thu — 24
- Giữ lấy thu này — 24
- Lá vàng bởi thu — 25
- Chớm thu — 25
- Đau — 25
- Tiểu thi — 26
- Bóng — 26
- Đôi — 26
- Ngựa — 27
- Mùa — 27
- Đời đời em thơm — 27
- Ngựa về Nam — 28
- Bụi Vương gia — 28
- Viếng mộ — 28
- Nghĩa — 29
- Thiền tâm — 29
- Ga xép — 29
- Hóa kiếp — 30
- Hãi — 30
- Cập nhật đời — 30
- Mộng du — 31
- Áo dài — 31
- Nỗi nhớ buồn hiu — 31
- Ngộ — 32
- Tiếng đêm — 32
- Đồng cảm — 32
- Nếm chiều — 33
- Chiều ngược — 33
- Kinh chiều — 33
- Liếm — 34
- Rót chiều — 34
- Tình chay — 34
- Miền hoàng hôn — 35
- Giữa ngoặc đơn — 35
- Trăng lại về — 35
- Trăng so... le — 36
- Mưa đêm trăng Sài Gòn — 36
- Hoan hô — 36
- Tiếng ngựa xa — 37
- Cuối tuồng — 37
- Chiều mưa bụi — 37
- Nhiễm — 38
- Nỗi sợ — 38
- Chim từ quy — 38
- Hướng dương — 39
- Vọng xưa — 39
- Không đáng — 39
- U.70 — 40
- Miền tôn kính — 40
- Hương thơ — 40
- Bụt... đui — 41
- Quy y — 41
- Chiều Hoa Kỳ — 41
- Băn khoăn lòng đỏ — 42
- Chơi khăm — 42
- Chiều xuân — 42
- Nắng muộn — 43
- Giữ — 43
- Biển vẫn đôi bờ — 43
- Hà Nội xuân... xưa — 44
- Hà Nội xuân... nay — 44

• Máu dâm	44	• Anh về...	58
• Hậu chiến 1	45	• Em về...	59
• Hậu chiến 2	45	• Anh đi...	59
• Food - Stamp	45	• Ngủ đi em	59
• Đố vui có thưởng	46	• Dâm bụt vườn chùa	60
• Trăng kỹ nữ	46	• Từ trường chiều	60
• Trăng trên núi	46	• Lửa Tây Thi	60
• Trăng dưới biển	47	• Lõa lòng	61
• Trăng Hoa Kỳ	47	• Tạo hóa nhiệm mầu	61
• Trăng trong thơ	47	• Thu năm thứ ba	61
• Hương trăng	48	• Lăng xăng	62
• Trăng bên sông	48	• Hoa cẩm chướng cổ đồng	62
• Ảo thuật trăng	48	• "Dạ"	62
• Trăng già	49	• Điêu Thuyền	63
• Eva ngoan	49	• Mộ thu	63
• Trắng đen	49	• Thu sa	63
• Không em...	50	• Thu vọng	64
• Thuyền tải nước	50	• Chiều vênh	64
• Già chưa?	50	• Tam thu?	64
• Giấu chiều trong tóc	51	• Thu phố xa	65
• Trăng Quỳnh Dao	51	• Uống với bão	65
• Trăng mòn	51	• Rác bão	65
• Trăng biển	52	• Bão tới	66
• Trăng treo	52	• Bão tối	66
• Trăng rằm	52	• Bầy chim trốn bão	66
• Trăng tươi	53	• Phố Tuy Hòa	67
• Trăng lỡ	53	• Lên chùa Bảo Tịnh	
• Trăng thề	53	thăm cha	67
• Trăng xa	54	• Đám giỗ bên cô	
• Hương trần	54	công nhân vệ sinh	67
• Chiều bản xứ	54	• Ngập ngừng em	68
• Hú hồn	55	• Viếng Kim Cang tự	68
• Hết kinh	55	• Romance ơi!	68
• Lạy quê	55	• Nỗi buồn thập giá	69
• Khóc Kiều	56	• Nhà Kiều	
• Chiều nắng ngược	56	trên đường Nguyễn Du	69
• Lồng son	56	• Trái lục bát	69
• Sưởi đông	57	• Túng	70
• Bước kiệu thảo nguyên	57	• Ôi, Maria	70
• Khung cửa chết	57	• Tế cô hồn sống	70
• Bùa yêu	58	• Xúm xem ảnh	
• Buồn...	58	hoa hậu M.P.T	71

Hùng Nguyễn | 9

• Về thăm dòng Dominico	71		• Mẹ tôi, cha tôi	85
• Boing	71		• Trong trái tim lập thể	85
• Vu lan với mẹ	72		• Bông giấy ở cô tô	85
• Saigon chiều	72		• Hoa dã quỳ mọc dại	86
• Công viên hàng me	72		• Hoa cát tường	86
• Mưa chiều Chúa nhật	73		• Xâm thực	86
• Mưa Saigon nghe phone	73		• Sẳng	87
• ... Và thơ	73		• Đãi vàng	87
• Đại dương	74		• Viếng thăm	87
• Dạo net	74		• Chúc rượu	88
• Song Kiều đối ẩm	74		• Khánh thọ	88
• Trăng Phan Thiết	75		• Bùng - Tắt	88
• Thư giản quán	75		• Ảnh thờ	89
• Lắc đò	75		• Người?	89
• Viếng Bửu Lâm Tự	76		• Cải táng	89
• Gà tơ	76		• Dạ cổ hoài lang	90
• Ngó ăn mày-thương ăn xin	76		• Phố người	90
• Phố Tây Đề Thám-Quận 1	77		• Ca dao tôi viết	90
• Trăng ghềnh Ráng	77		• Đêm lỡ	91
• Tháp Nhạn	77		• Trăng vỡ	91
• Thăm thầy dạy triết năm xưa	78		• Đêm còn lại	94
• Bên biển nhớ vợ... người	78		• Chầu trời	92
• Viếng Thanh Lương Tự (1)	78		• Vỗ về	92
• Thăm bạn hưu trí, vào mạng	79		• Cổ tích	92
• Lên tháp Bà Ponaga	79		• Vườn hương	93
• Mụ khùng đuổi chợ	79		• Bóng chiều	93
• Viếng Thanh Lương Tự (2)	80		• Sóng ở sông	93
• Thu, cây và lá	80		• Giá như	94
• Lá, cây và thu	80		• Chuyện đời xưa	94
• Nguyệt em	81		• Con mồi	94
• Hỗn chữ	81		• Cộng trừ	95
• Thơ tặc	81		• Nhạc ngựa	95
• Buổi chiều họ Bồ	82		• Bát mã	95
• Mượn tạm	82		• Ngựa què	96
• Khúc tình	82		• Mọi	96
• Bước lệch	83		• Mèo hoang	96
• Huế	83		• Mai táng	97
• Giới	83		• Đôi bờ no gió	97
• Thành tín	84		• Che	97
• Ở chùa	84		• Hát dưới trăng	98
• Cánh cò Boston	84		• Hóa kiếp	98
			• Trăng và em	98

• Vớt trăng	99
• Về phía trăng	99
• Trăng tháng Chạp	99
• Phía nào cũng trăng	100
• Trăng và thơ	100
• Xô	100
• Hỏi đường	101
• Gió Lào	101
• Mùa đông, em ạ!	101
• Chiều tháng Chạp	102
• Hậu chiến	102
• Bầy tốt qua sông	102
• Tuyết, chó và... tôi	103
• Rượu tình	103
• Thanh tân	103
• Tưởng tiếc	104
• Đằng sau tin đồn nhảm	104
• Xưa lắm mười năm	104
• Trăng quê	105
• Đi theo trang sử	105
• Khóc ròng với Kiều	105
• Cảm tác "Hoàng Hạc Lâu"	106
• Siêng năng	106
• Bên cổng làng, khóc...	106
• Sống nhờ	107
• Vọng cổ Bạc Liêu	107
• Mỏ vàng	107
• Ngựa cũng buồn	108
• Bồi hồi hương xưa	108
• Tình già	108
• Trầu cau nhé, em!	109
• Hoa xuân	109
• Về phố quen	109
• Ngủ vùi đêm Valentine	110
• Tình cỏn con	110
• Nắng phía em	110
• Vườn rau đang xuân	111
• Xuân rồi, ơi đôi chim từ quy!	111
• Nồng nàn giữa xuân em	111
• Xuân đôi bên	112
• Chạm xuân	112
• Vọng xuân	112
• Gánh xuân	113
• Xuân đến	113
• Treo giọt xuân em	113
• Uống Gò Đen phương Nam	114
• Uống Bàu Đá miền Trung	114
• Uống Làng Vân xứ Bắc	114
• Liêu trai	115
• Thu về ngủ chung	115
• Đêm mưa trong mắt	115
• Nắng gió thôi đùa	116
• Lý tưởng	116
• Nỗi buồn vần vện	116
• Ngu	117
• Con cò vụt đau	117
• Nuốt lại một lời	117
• Ôm mãn tính	118
• Ôm cấp tính	118
• Ôm trời	118
• Ôm đất	119
• Chào xuân	119
• Đứng trước biển	119
• Tháng Ba he hé xuân	120
• Có kịp xuân em	120
• Kiếp tha phương	120
• Chim sẻ lẻ loi	121
• Giọt nước muối	121
• Chuyển kiếp	121
• Chiều nghiêng	122
• Dốc phố	122
• Mưa tuyết sáng nay	122
• Cái mỏ đáng yêu	123
• Tình già	123
• Tam cương ngũ thường	123
• Mộng hồ	124
• Ngẫu hứng "Một cõi đi về"	124
• Ngẫu hứng "Hạ trắng"	124
• Với Judas	125
• Với Jesus	125
• Trước gương	125
• Trước tầm xuân	126
• Trước chùa	126
• Trước cờ hoa	126

- Trước đồng hương 127
- Gác mỏ 127
- Mộ còng 127
- Sẹo ngực 128
- Uống giữa phố mưa 128
- Mây mưa 128
- Trăng Hăm Ba 129
- Bồ câu và thơ 129
- Bạch hạc 129
- Chợt mưa tháng Bảy 130
- Miệng em 130
- Nín đi! 130
- Nắng về 131
- Hát lên lời thơ 131
- Mỏ hỗn 131
- Ao nhà vẫn hơn 132
- Nâu sậm hoàng hôn 132
- Lỡ cán chết chú chim 132
- Loang loáng bóng đời 133
- Với M. Đen-Mexico 133
- Hai cực thu xa 133
- Ngũ sắc thu 134
- Ăn trong máu 134
- Giấc mơ
  dưới chân tháp Nhạn 134
- Uống rượu dưới trăng 135
- Mạnh ai nấy uống 135
- Mây ngàn gió núi 135
- Phố chiều mắc bão 136
- Vượt bão 136
- Đầu cơ gió 136
- Chim ta 137
- Con diều 137
- Nguyệt em 137
- Uống rượu Sơn Đông 138
- Vũng khô 138
- Thiên đường gần 138
- Lục bát tứ tuyệt 139
- Chớm đông 139
- Mặt trái tấm visa 139
- Thơ sầu đông 140
- Bảy sắc cầu vồng 140
- Hỏi thăm Sài Gòn chiều 140
- Bóng xưa động cũ 141
- Ngủ trưa 141
- Miền quên nhớ 141
- Mùa lá rụng 142
- Hoa chúc 142
- Chào đông 142
- Hồi hương 143
- Mòn 143
- Tình cạn 143
- Lận đận 144
- Trên đường xuân qua 144
- Lỡ xuân 144
- Vô duyên 145
- Xin chào... 145
- Chiều Ông Ray 145
- Chiều Sông Ba 146
- Chiều Sông Tiền 146
- Phiên bản chân dung 146
- Gánh của mẹ 147
- Lén dòm 147
- Con... người 147
- Thầm lặng diều bay 148
- Ván cờ tàn 148
- Giới nghiêm 148
- Kinh thánh buồn 149
- Người cũ với nhau 149
- Mười lăm năm... vịnh Kiều 149
- Cọp xiếc 150
- Aerobic... 150
- Nụ hoa thu 150
- Mưa và em... 151
- Đậu tình lên lưng 151
- Tịnh di 151
- Góc liêu trai em... 152
- Đêm mãn nguyệt 152
- Neo... 152
- Sông nước 153
- Thường trú 153
- "Mình ơi!", hoang dại... 153
- Mười năm và một nửa... 154
- Ờ, thì... 154

- *Cảm tác với Phạm Thiên Thư* 154
- *Đường về* 155
- *Trú đông* 155
- *Giữ nắng* 155
- *Ngược xuôi* 156
- *Tâm bão* 156
- *Việt kiều và mắm* 156
- *Hồi hộp* 157
- *Quê mùa em khóc* 157
- *Trong em* 157
- *Tiếng đêm* 158
- *Ngũ huyền cầm* 158
- *Dính* 158
- *Niết bàn của anh* 159
- *Thập giá của anh* 159
- *Vướng thơ* 159
- *Gọi (1)* 160
- *Gọi (2)* 160
- *Đổi ý* 160
- *Nguyên tiêu dạ khúc* 161
- *Ru trăng* 161
- *Trời ơi, trăng đã... Nguyệt Kiều* 161
- *Trăng Trưng Vương* 162
- *Trăng Mỵ Châu* 162
- *Trăng mật* 162
- *Nàng cuội* 163
- *Bước xuân du* 163
- *Thị Ngạn* 163
- *Hồn chữ* 164
- *Hai mặt hành tinh* 164
- *Nhớ nhà quê* 164
- *Hương xuân* 165
- *Chiều tĩnh* 165
- *Chiều động* 165
- *Hương chìm* 166
- *Nguyên hương* 166
- *Dường như... Xuân* 166
- *Xanh hóa tình nhau* 167
- *Sà...* 167
- *Mùa đông ly biệt* 167
- *Chiều đông* 168
- *Lục bát hời ru* 168
- *Nửa* 168
- *Nắng đông* 169
- *Con chí* 169
- *Con gấu* 169
- *Con cúi* 170
- *Con nít* 170
- *Che* 170
- *Vọng sông* 171
- *Trôi sông* 171
- *Thuyền và sông* 171
- *Mười sáu: trăng và em* 172
- *Trước mặt* 172
- *Trăng chiều bến sông* 172
- *Đôi môi* 173
- *Chia tay Saigon* 173
- *Chiều hôm nay* 173
- *Hóa đá* 174
- *Lưu dấu* 174
- *Tìm người* 174
- *Gien thơ* 175
- *Lặng lẽ tuyết* 175
- *Tựa vào* 175
- *Chiều lên* 176
- *Chiều xuống* 176
- *Hóng...* 176
- *Mưa giông* 177
- *Mưa và em* 177
- *Mưa trái mùa* 177
- *Tượng gỗ* 178
- *Nhạt thếch.* 178
- *Tuyết nguyệt* 178
- *Tiếng chiều* 179
- *Lặng lẽ xê dịch* 179
- *Tái ngộ* 179
- *"... Kỳ nhân hồi"* 180
- *Mưa vụng* 180
- *Vào cuộc* 180
- *Lặng* 181
- *Níu* 181
- *Cầm chừng* 181

- Xé lịch — 182
- Cổng chiều — 182
- Tiếc — 182
- Buông xuôi — 183
- Viễn xứ — 183
- Sóng sánh — 183
- Lễ chùa — 184
- Chùa nào Phật nấy — 184
- Hoa ven sông — 184
- Thức đêm — 185
- Đất — 185
- Nước — 185
- Lửa — 186
- Gió — 186
- Chuyện mười năm — 186
- Thả diều — 187
- Mười năm chén rượu — 187
- Chăn chữ — 187
- Mùa bế súng — 188
- Hoài cảm — 188
- Truờn — 188
- Chia trăng — 189
- Chiêm bao — 189
- Trăng muộn — 189
- Vá lại ca dao — 190
- Hương em — 190
- Trăng nợ — 190
- Âm bản lỗi — 191
- Mùa dế — 191
- Đò trên sông — 191
- Sang ngang — 192
- Đời lá — 192
- Bèo mây — 192
- Mắt biếc — 193
- Chào mào đã hót — 193
- Biển rách — 193
- Quyên hót — 194
- Trốn quê — 194
- Buổi chiều sử quân tử — 194
- Biển rừng — 195
- Phố hai đầu núi biển — 195
- Chuồn chuồn — 195
- Bia mộ — 196
- Tìm — 196
- Xưa — 196
- Thụ phấn — 197
- Chim chiều — 197
- Trẻ con — 197
- Ở phố — 198
- Em... — 198
- Gái sông Ba — 198
- Rối — 199
- Mặt trời cổ thổ — 199
- Nợ — 199
- Đêm hời — 200
- Xác rỗng — 200
- Chim di — 200
- Tình gian lý ngay — 201
- Tiếng đờn khuya — 201
- Tha hương — 201
- Góc sơn khê — 202
- Gieo nhân gặt quả — 202
- Em và thơ tôi — 202
- Tuyết viễn xứ — 203
- Mỏi mòn — 203
- Buổi chiều thu đông — 203
- Bé — 204
- Lập đông — 204
- Áp thấp về — 204
- Miếng và tiếng — 205
- Ước vọng cuối đời — 205
- Vui buồn xứ khách — 205
- Kiều — 206
- Tri kỷ — 206
- Thiền âm — 206
- Mùa yêu online — 207
- Xứ khách — 207
- Lỡ bước — 207
- Nợ đời — 208
- Trừ tịch — 208
- Vườn... — 208
- Nửa chừng xuân em — 209
- Hôn — 209
- Tiểu quỳnh — 209

• Tạ lỗi cùng quê	210		• Ngơ ngẩn thu	224
• Nụ cười đông	210		• Lâm sàng	224
• Tình xa	210		• Lục bát chừ...	224
• Nhớ quê	211		• Rượu tha hương	225
• Đời mòn	211		• Chìm	225
• Bến cũ	211		• Kính thưa	225
• Soi gương	212		• Khóc	226
• Ghen	212		• Hương	226
• Tháng Chạp	212		• Gió phía em	226
• Rượu và hoa	213		• Qua vụng sương mai	227
• Môi cong xuống phố	213		• Giờ ngọ	227
• Tháng Mười	213		• Rượu cũ	227
• Hai miền trăng	214		• Chạy	228
• Sắc đông	214		• Nuôi tóc	228
• Lặng thầm em	214		• Nụ chiều	228
• Máu	215		• Tháp Nhạn 1	229
• Hạ san	215		• Tháp Nhạn 2	229
• Phục viên	215		• Tháp Nhạn 3	229
• Tin vui	216		• Tháp Nhạn 4	230
• Bắn	216		• Đổi ngôi	230
• Đã từng nợ nhau	216		• Duyên	230
• Nhắn con sáo	217		• Nợ	231
• Giấc mơ nhỏ	217		• Ma hời	231
• Ngẩn ngơ mùa thu con sóc	217		• Xương cha ở chùa	231
• Mùa thiên di	218		• Hai nửa trăng em	232
• Ướt...	218		• Ngẫu hứng Trịnh...	232
• Chuyển	218		• Sinh nhật	232
• Chia ly	219		• Tóc chấm vai	233
• Thuở mưa rừng	219		• Con mồi	233
• Trú rét	219		• Thủ thỉ sông ba	233
• Xô	220		• Duyên con sáo	234
• Da ngựa	220		• Boston lập đông	234
• Sân chùa	220		• Uống đêm Từ Hải	234
• Giọt sương vỡ	221		• Lưu hương	235
• Đêm nghe dế gáy	221		• Lạc bước	235
• Đi đi em	221		• Người đi	235
• Hết tuổi	222		• Chạm đông	236
• Bỗng thấy...	222		• Ngân hà	236
• Chăn	222		• Chiều tứ xứ	236
• Viết và chơi	223		• Trăng vẹt	237
• Sắc chiều	223		• Say chiều vội vã	237
• Sống hẹp	223		• Chỉ là thơ	237

• Chi vội	238	• Suối cũng độc hành	252
• Tắm suối	238	• "Gato" với tóc	252
• Cái vạc	238	• Tiễn biệt	252
• Vắt cạn vốc trăng	239	• Sông Ba mùa xuân	253
• Hậu trường	239	• Sông Ba mùa hạ	253
• Chờ	239	• Sông Ba mùa thu	253
• Trên miền ký tự	240	• Sông Ba mùa đông	254
• Vận mệnh	240	• Sông Ba mùa lụt	254
• U uất mắt hời	240	• Sông Ba mùa vu quy	254
• Bông hồng trắng	241	• Đò khuyết cùng trăng	255
• Nhịp tim	241	• Đêm thị ngạn	255
• Mười năm của mẹ.	241	• Điệp âm	255
• Mười năm của ngựa	242	• Chuyển giới	256
• Hành trình nước	242	• Về ngược	256
• Cuối mùa	242	• Thị xã đèn dầu	256
• Ly hương	243	• Phút thật lòng	257
• Vọng nguyệt	243	• Thị xã không đèn	257
• Hóa	243	• Chút đời lặng lẽ	257
• Nửa vầng trăng gãy	244	• Môi xưa...	258
• Tiếng chim khách	244	• Cuối tuần	258
• Phật nhỡn	244	• Nguyệt...	258
• Hỏa táng	245	• Sài Gòn đấy em	259
• Áo Phật	245	• Nửa đêm	259
• Vịnh trái vú sữa	245	• Đôi bên...	259
• Buổi chiều, em và thơ	246	• Vô trần	260
• Ngựa chiều	246	• Dấu chấm hết	260
• Dỗi	246	• Hương quê	260
• Chiều mưa Tam quốc	247	• Tên tuổi	261
• Thanh xuân chiều	247	• Phạm giới	261
• Em ơi, sóng	247	• Tóc đỏ	261
• Dạ!	248	• Hậu li dị	262
• Cuối gió	248	• Hậu ly hôn	262
• Mắt ướt	248	• Ngựa chướng	262
• Mắt khóc	249	• Vá...	263
• Mưa ra nắng	249	• Giờ lấn sóng	263
• Cõi riêng	249	• Ngày đi, ngày về	263
• Góc khuất	250	• Người đi, người về	264
• Rượu và yêu	250	• Người quê	264
• Em và rượu	250		
• Di ngôn cuối	251		
• Thao túng	251		
• Mùa tóc	251		

LỜI MỞ ĐẦU

Mười năm lưu lạc, mười năm viết.

Ngoài mấy trăm bài thơ được trải lòng trong những ngày tháng trăn trở thân phận của một kiếp người tha hương cầu thực nơi xứ người với chủ đề "Chưa Chi Đã Hết Đời", tôi đã tranh thủ từng phút giây rãnh tay rãnh óc trong những giờ lao động cật lực kiếm ăn mà ngẫu hứng viết nên 740 bài thơ Lục bát Bốn câu này.

Bảo dễ là dễ, nói khó cũng là khó bởi thể thơ truyền thống thuần Việt này chính nó đã là sự cô đọng tối giản nhất của con chữ.

Có thể được khen hay, cũng có thể bị chê dở bởi xuất thân của nó được hình thành trên những tờ giấy lau tay lau miệng, những miếng nhãn hiệu hư, thậm chí trên cả lòng bàn tay, v...v...

Nhưng tôi hy vọng nó sẽ làm bạn có lý do để uống thêm ngụm rượu sau khi đã say, cũng như sẽ thêm một lời ru cho một đứa trẻ con khó ngủ nào đó.

Nào, chúng ta hãy cùng nhau bước vào hành trình của "GÃ LÀM THƠ THỜI NHÔM NHỰA".

Boston, tháng 2 năm 2021
Hùng Nguyễn

DI LẶC CƯỜI

Ta cười Di Lặc thế thôi
Chứ lòng đã rách, tinh khôi nỗi gì?
Xứ người công nghệ từ bi
Tứ thời y bát có gì mà vui.

NGHIỆP NHÀ

Đời cha ăn mặn mấy rừng
Đời con khát nước cũng ngần ấy sông
"Thâm sơn" cha khóc nhiều không?
Đêm con "cùng cốc" vỡ lòng máu xương.

HẬU CHIẾN

Khoanh tay ngó chiến trận tàn
Lửa không đỏ nữa lại bàng hoàng đau
Ngẩn ngơ rũ xuống thạch câu
Bát hương lạnh lẽo trên lầu vô danh.

LINH CẢM

Chiều nay cần một chút mưa
Để lòng dạo lại những xưa nay buồn
Vá chưa cánh vỡ Chuồn chuồn
Loay hoay linh cảm đón luồng bão qua.

LẬT TRANG KINH CŨ

Buồn buồn tụng lại kinh xưa
Hỡ ngươi, đã phạm Tiểu thừa rồi sao?
Không qua nổi chuyến ba đào
Phật còn dính nợ ta nào dám tu.

NGÀY CHẾT

Nắng... chết,
Buổi chiều mồ côi
Nhà thơ đưa đám cứ ngồi đọc... thơ
Cơn mưa tang chế chạy cờ
Ướt dâng nhếch nhác bàn thờ... hoàng hôn.

LÃNH CẢM

Từng đôi vú đẹp, sáng nay
Đi ngang cặp mắt đã thay hết tròng
Vô duyên... cái núm chào Đông
Người chưa lãnh cảm chỉ lòng mới... tê.

TIỂU DƯỚI TRĂNG

Rùng mình... em tiểu dưới trăng
Ướt lưng còng gió - Quảng Hàn lại mưa?
Biển hiền sóng nổi bọt chưa?
Vọng khua róc rách xuôi bờ nguyệt lưu.

TRĂNG OZONE

Trăng từ lỗ nẻ ozone
Trăng ra thế giới theo bôn ba người
Có khi dở khóc dở cười
Vết nhơ nguyệt thực mặt trời phủi tay.

MÚA LÂN

Tùng tùng cắc cắc tùng tùng
Đôi lân nhảy múa dưới trùng trùng thu
Một con cặp mắt bị mù
Tưởng trăng đã lặn gật gù vểnh đuôi.

SÓI HÚ TRĂNG

Lạnh lùng tiếng sói hú trăng
Thê lương hồn núi thù hằn réo tên
Bể dâu oán trả ơn đền
Người rời sân khấu đã quên mất tuồng.

TRĂNG QUÝ PHI

Trăng đeo vó ngựa biên thùy
Về xem Nguyệt điện vũ y Nghê thường
Lệ chi trăng mật đoạn trường
Quý phi hài mỏng bên đường... trăng tan.

Ngẫu hứng LÝ CHIỀU CHIỀU

Lặc lè ướt bãi ngô đồng
Gánh qua phước phận vú vồng tưng tưng
Em cười sao mắt rưng rưng
Nặng chồng nặng cả người dưng Tây lầu.

Ngẫu hứng LÝ CHIM QUYÊN

Đêm qua có ngủ với chồng
Làm ơn đừng xách mặn nồng ra khoe
Buồn đưa nhãn rụng đầu hè
Chim Quyên hót giễu anh mê vợ người.

Ngẫu hứng LÝ NGỰA Ô

Dìa dinh... Kiệu đã dìa dinh
Bên tàu tháo khớp khóc trinh tiết nàng
Đồng thòa qua mặt nén vàng
Ngựa Ô nửa mắt hí vang chân đèo.

Ngẫu hứng LÝ CON SÁO

Tiếc gì thứ sáo sang sông
Mà lo trau chuốt cái lồng gãy nan
Giá anh đừng trễ đò ngang
Em đâu khổ chốn thếp vàng son son.

Ngẫu hứng LÝ QUẠ KÊU

-"Quạ kêu: Nam đáo Nữ phòng"
Thơ anh xé ruột, em Phòng được không?
Thở dài, dựa lấy hơi chồng
Sợ không đỡ nổi tấm lòng người dưng.

Ngẫu hứng LÝ ĐA ĐA

Đa đa đậu phải nhánh đa
Chồng gần chểnh mãng, chồng xa ương gàn
Núi non thắp thỏm đôi đàng
Buồn như Bà Huyện Thanh Quan... vịnh đèo.

THU HOÀNG BÀO

Mười năm thổ phỉ lên rừng
Tránh loài mắt thịt..., người trần ngụy trang
Mùa thu khoác cánh áo vàng
Lạy trời gió lặng trên hoàng bào ta.

CÁNH QUẠ CHIỀU THU

Lá vàng cây có buồn không?
Mà sao tịch mịch cả mông mênh đồi
Quạ chiều sổ áo mồ côi
Đậu nhành tầm gởi hót bồi lưu ly.

GIỮ LẤY THU NÀY

Cuống cuồng ôm chặt mùa thu
Kẻo ta lại lạc mất nhau bây giờ
Trải lòng thương lá vẩn vơ
Gian phi thừa dịp giăng thơ bẫy tình.

LÁ VÀNG BỞI THU

Mùa thu rất kém thông minh
Để bao nhiêu lá bỏ mình ngoài sân
Nắng xưa nhuộm mấy phong trần
Mà vàng đến nỗi không cần tắm trăng.

CHỚM THU

Chớm thu duyên hải rồi sao?
Mà chim Bói Cá liệng vào rừng sâu
Thăm dò lá rụng về đâu
Lần theo con suối chặn đầu Vũ môn.

ĐAU

Lời quanh bởi khóe môi cong
Ta chưa bồ tát nên lòng cứ đau
Thà ngồi ngó biển hóa dâu
Còn hơn để chiếc thuyền câu lắm bờ.

TIỂU THI

Ta cùng với núi tiểu thi
Núi tiểu thành suối một đi không về
Ta tiểu từng giọt lề mề
Nửa đời báo khổ con đê lở bồi.

BÓNG

Mắc mồi câu lấy bóng mình
Lòng trùng trùng sóng dập dềnh trăng khuya
Dường như đêm đã mút mùa
Bóng cằn cỗi lặn chào thua... gầm cầu.

ĐÔI

Bướm vàng đậu phải hoa vàng
Cả đôi nhập nhoạng thành hoàng hôn say
Môi kia ghé phải môi này
Cả đôi rừng rực hóa mây chở chiều.

NGỰA

Chiều xuôi... ngựa cũng rũ bờm
Ngó lơ chiến địa há mồm thở ra
Thiên thu đò đắm Dịch Hà
Tần vương cả bóng, Kinh Kha nhỡ nhàng.

MÙA

Mặt trời có lỡ qua đây
Giả đò rớt nắng thử ngày nhặt không
Ây dà, cái lạnh mùa Đông
Vẫn còn ngái ngủ trong lòng Hạ non.

ĐỜI ĐỜI EM THƠM

Chiều ôm vóc lụa chua lòm
Hôn lưng áo vá nghe thơm quá chừng
Lẽ nào tình đã tiệt trùng
Hay thương nhau lắm, đâm khùng, bậu ơi!

NGỰA VỀ NAM

Ngựa miền Trung thổ về Nam
Qua chiều lắm cỏ đâm ham Sài Gòn
Cỏ từ là lụa gái non
Cỏ tươi đến tận miền son gái già.

BỤI VƯƠNG GIA

Thứ phi hoàng hậu lầu xanh
Rượu giang hồ uống mà thành quân vương
Úp ly dạ ngọc bên đường
Long nhan trắng mắt phố phường đỏ xanh.

VIẾNG MỘ

Rủ nhau viếng mộ ông bà
Chuối bông thì ít Vốt-ka thì nhiều
Mới trưa mặt đã như chiều
Tổ tiên rã thịt quạ diều còn bay.

NGHĨA

Em dâu đã bỏ em ta
Sợ em lúc chết thành ma không chồng
Thương em, đâu dám đèo bòng
Cái vòng đạo lý như còng khóa tay.

THIỀN TÂM

Làng đồn chùa chứa thi nhân
Bảy phần Bùi Giáng ba phần Thích ca
Rượu thơm ngát chiếu kiết già
Tâm thiền giữa rún đàn bà khỏa thân.

GA XÉP

Đoàn tàu có ghé sân ga
Làm ơn nhắn lại vài ba hồi còi
Kẻo chiều thị trấn mồ côi
Đường ray ga xép lẻ loi khóc muỗi.

HÓA KIẾP

Kiếp này đã lỡ cỏ cây
Kiếp sau ráng biến thành mây về nhà
Mây người chạm trán mây ta
Hóa mưa mà khóc quan hà biệt ly.

HÃI

Ta không sợ đất sợ trời
Gan to chưa chắc có người nào hơn
Vậy mà... mẹ giận, em hờn
Lại nghe nước mắt đau hơn đòn thù.

CẬP NHẬT ĐỜI

Thời xưa quần lãnh lưng thun
Có thương cũng chẳng cho luồn tay vô
Nay đời dây kéo quần bò
Không thương sao biết bụng to nhất làng.

MỘNG DU

Đêm nay đừng ngủ với ai
Để chiêm bao dắt liêu trai em về
Hoa vàng cuối độ sơn khê
Chín con mắt nẫu tứ bề mộng du.

ÁO DÀI

Sững sờ dáng lụa áo dài
Hông em trắng nõn lõa ngoài nhân gian
Ta tu chửa sạch lòng trần
Vài cen ti mét mộng gần Quan Âm.

NỖI NHỚ BUỒN HIU

Đêm nằm đứt ruột nhớ người
Sá chi có thể tịnh lời hứa suông
Đừng đưa lưới võng mắt buồn
Sợi mây đã mục, con buôn đã giàu.

NGỘ

Niết bàn..., tu khổ, lại xa
Em ngồi toilet bằng ba thiên đàng
"Đi mau, về chậm" đấy chàng!
Em thơm em sạch như hàng chưa khui.

TIẾNG ĐÊM

Em nằm đâu đó trong ta
Có nghe sâu thẳm tỳ bà phỉnh đêm
Có nghe ngọn vú reo mềm
Mừng nhau Bắc đẩu xuống thềm ái ân.

ĐỒNG CẢM

Ai từng ăn mặn ngủ chay
Mới thương những chiếc tàu bay lạc bầy
Ai từng ngủ mặn ăn chay
Mới thương kẻ đói kéo cày trên non.

NẾM CHIỀU

Khi thèm một chút mênh mông
Ta le lưỡi liếm vào không gian chiều
Hoàng hôn lắm trẻ thả diều
Chợt nghe vị giác vướng nhiều hương xưa.

CHIỀU NGƯỢC

Sáng nay chim hót quá chừng
Dường như nắng đã rập rình đâu đây
Mưu đồ gầy lại cơn say
Ô hay, nát rượu từ ngày em đi!

KINH CHIỀU

Thương chi thứ gái có chồng
Tiếc chi con sáo trong lồng người ta
Để chiều Bát nhã ngân nga
Trang kinh khẩn thiết phương xa chán chồng.

LIẾM

Trùng phùng ta liếm mặt nhau
Như Phèo liếm Nở, như Mầu liếm Nô
Mặt người nắng hạn đồng khô
Mặt ta dúm dó thương hồ về kinh.

RÓT CHIỀU

Xòe chi đôi kẻ ngón tay
Vốc chiều chảy hết sạch ngày nắng thơm
Ngửa ra chằng chịt ma phương
Lối về hun hút nẻo đường mây không.

TÌNH CHAY

Hôn người nước miếng như chao
Râu ta như cải chấm vào ngọ trai
Thương mình một cuộc tình chay
Nghe da thịt réo... ăn mày mõ chuông.

MIỀN HOÀNG HÔN

Nắng chiều xô núi cũng nghiêng
Biết che có hết nửa miền lãng quên?
Người về lắm tuổi không tên
Ngó quanh ngó quất ai đền đời ai?

GIỮA NGOẶC ĐƠN

Bần thần như gái mất trinh
Cửa lòng khép kín, cửa mình hở hang
Thơ ngoan chưa kịp xuống hàng
Thơ hoang đâu sẵn chảy tràn ngập nhau.

TRĂNG LẠI VỀ

Em về, tình cãi tử rồi
Vầng trăng đáy nước cũng hồi sinh theo
Trời nghèo dạm hỏi đất nghèo
Liên hoan một chén nguyệt treo đôi bờ.

TRĂNG SO... LE

Đa đoan trăng xếp trăng xòe
Rằm vừa viên nguyệt so le với mình
Cũng rong rêu nhuộm mái đình
Cũng tròn lá thẫm dập dềnh cội đa.

MƯA ĐÊM TRĂNG SÀI GÒN

Đêm Sài Gòn... là lá la
Đèn xanh đèn đỏ trăng qua ngập ngừng
Mưa Sài Gòn... dửng dừng dưng
Ướt ai cứ ướt miễn đừng ướt em.

HOAN HÔ

Hoan hô... Đêm đã sạch mình
Kệ trăng tình địch theo rình đôi ta
Trăng vênh nghiêng nửa tỳ bà
Bóng em... sâu róm, bóng ta... dế mèn.

TIẾNG NGỰA XA

Leng keng ngựa tế gầm trời
Cỏ chưa xanh dấu chân người cách ly
Vườn em nắng lịm quá thì
Anh về... Hết trứng, lấy gì có con?

CUỐI TUỒNG

Có người chứng ngộ chiều nay
Câu thơ lễ độ khoanh tay đứng hầu
Lòng như ba khắc trống chầu
Rủ đào hát bội ngủ lầu tọa đăng.

CHIỀU MƯA BỤI

Hoàng hôn chập choạng bên đoài
Lòng theo bóng vạc ra ngoài ăn sương
Chở chiều hạt nắng muôn phương
Lạc trong mưa bụi biết đường nào trong?

NHIỄM

Từ em trải áo vô cùng
Lòng ta thôi cũng nhiễm trùng tình em
Chén chiều vênh váo nhá nhem
Nhân danh vi khuẩn tay thèm vuốt ve.

NỖI SỢ

Ô hay, tóc đã bông lau
Ngậm ngùi thương bậu bể dâu nặng thề
E rồi cốt nhục thất thơ
Mặc may xá lợi gắng chờ thấy nhau.

CHIM TỪ QUY

Chim Quy gào vợ xé trời
Nắng nằm chật đất, Từ ơi, đâu rồi?
Băng qua mùa động chia phôi
Bóng em bần bặt, mồ côi sao, Trời?

HƯỚNG DƯƠNG

Ngày nào chưa hết hướng dương
Anh thề chăm chỉ yêu thương em hoài
Sợ chừng hưởng thọ sống dai
Thần kinh lộn xộn thấy ai cũng tình.

VỌNG XƯA

Những chiều nhếch nhác rượu ôm
Nỗi buồn giun dế cũng lồm cồm say
Tài hoa khuất dấu chân mây
Câu thơ tế đĩ cũng bày đặt... sang.

KHÔNG ĐÁNG

Xin đừng xúm chửi Việt kiều
Ta bà thế giới cũng nhiều đứa nên
Chẳng qua thất thế đâm hèn
Tha phương cầu thực, trống kèn... quên đau.

U.70

Vô tư cũng sắp bảy mươi
Đếm mùa đều cáng cõi người thâm niên
Đội ơn mắt gái ba miền
Khóc ta... bị Thiến bị Thiền bởi... Em.

MIỀN TÔN KÍNH

Nhà Thờ - Chùa Miếu - Vú Em
Ba nơi thành kính tôn nghiêm nhất đời
Ta quỳ không đợi ai mời
Ngửa Tâm hứng lấy bao lời từ bi.

HƯƠNG THƠ

Phân Bắc thúi hơn phân chuồng
Nên thơ xứ Bắc vẫn thường hay hơn
Thương mình cái mũi văn chương
Ngửi nhằm thơ thủm nhớ hương ỉa đồng.

BỤT... ĐUI

Có khi cả Bụt cũng nhầm
Đâu hay cái Ác tầm ngầm bên trong
Để cho con Tấm sổ lồng
Trèo lên vỏ thị xuôi dòng Bất nhân.

QUY Y

Sáng mai xuống tóc vô chùa
Cả đời còn lại mút mùa ăn chay
Đoạn tình, chơi nốt đêm nay
Yêu Người ít trận..., bạch thầy, cắt duyên.

CHIỀU HOA KỲ

Láo lơ như... chó cùng đường
Lòng ta xứ Mỹ vô thường thần kinh
Chiều chiều tựa bóng hư vinh
Nhớ người bản xứ, thất tình... vợ ai.

BĂN KHOĂN LÒNG ĐÒ

Em một bên - Vợ một bên
Phía tình, phía nghĩa biết chênh phía nào?
Nồm Nam thương gió Hạ Lào
Đôi bờ nắng quái lao đao lòng đò.

CHƠI KHĂM

Ngày xưa thượng đế chơi khăm
Nhốt ta một trận mười năm nhớ đời
Chừ, ta chơi khăm lại trời
Đè em... Yêu giữa cõi người tôn nghiêm.

CHIỀU XUÂN

Nồng nàn như hớp rượu dâu
Đỏ hoàng hôn nhuộm bả trầu môi em
Tội gì ta chịu kiêng khem
Chiều Xuân đáp xuống bên thềm đời nhau.

NẮNG MUỘN

Rã rời bên núm vú hồng
Môi khô anh cũ vỡ lòng tình xa
Đông người tráng lệ phong ba
Dưng không chiều muộn nguy nga nắng đầy.

GIỮ

Đưa tay anh nắm, Nàng ơi!
Kẻo chiều lắm gió lên trời làm sao?
Kinh qua mấy cuộc ba đào
Cứ nghe rười rượi bổ nhào ôm em.

BIỂN VẪN ĐÔI BỜ

Thuyền neo cứ nhớ trùng khơi
Biển Tây cứ nhớ một người biển Đông
Giờ này em chắc ... bên chồng
Đâu hay sóng xé toạc lòng miền xa...

HÀ NỘI XUÂN... XƯA

Theo Lê Chiêu Thống về Nam
Bầy Tôn Sĩ Nghị quá lầm dân ta
Kiêu binh "cưỡi ngựa xem hoa"
Đâu hay mỗi nụ giấu ba nhụy thù.

HÀ NỘI XUÂN... NAY

Lôi đầu chính phủ lên gò
Khóc Sầm Nghi Đống diễn trò Đống Đa
Mời dân xuống bến Nhị Hà
Cười Tôn Tổng đốc bôn ba về Tàu.

MÁU DÂM

Dâm dê đệ nhất... hưu già
Thứ hai thầy giáo, thứ ba thầy chùa
Ta chơi đâu kém gì vua
Cũng đành hậm hực chịu thua quý thầy.

HẬU CHIẾN 1

Thứ binh nhì lính thời bình
Đếch hao giọt máu cũng thành sĩ quan
Sống lâu lên ghế lão làng
Chết: bia liệt sỹ xơ gan vì... đời.

HẬU CHIẾN 2

Hôm qua chợt nạng về làng
Mẹ già vênh mặt bảng vàng lưu danh
Mả cha cái tiếng nổ Oành
Đào kênh thủy lợi, ta thành Thương binh.

FOOD - STAMP

Nghẹn ngào nâng phiếu Food - Stamp
Lòng nhân đế quốc như hèm nuôi heo
Gằm đầu như hưởng án treo
Người quê mấy hiểu phận bèo trôi sông.

ĐỐ VUI CÓ THƯỞNG

Con gì ăn chực lòng nhân
Cái óc thì rỗng, cái tâm thì mòn
Nổ hơn pháo tết... đùng... đoàng...
Đáp đúng có thưởng (trừ con... Việt kiều)

TRĂNG KỶ NỮ

Trăng nguyền thê thiếp cho thơ
Phải mùa thơ chết trăng đơ sợi tình
Đêm qua trăng cứng cả mình
Thơ thiền... náo nhiệt, dùng dình trăng... tan.

TRĂNG TRÊN NÚI

Trăng lên đầu núi công khanh
Trăng treo cổ chết trên nhành kỳ nam
Dặt dìu gió nổi tà tâm
Xông hương tử khí khiêu dâm quạ vàng.

TRĂNG DƯỚI BIỂN

Trăng lặn đáy biển mò kim
Sóng cười, bảy nổi ba chìm... vớt lên
Thuyền thơ tứ chiếng dập dềnh
Tưởng đâu trăng chết bắt đền hải đăng.

TRĂNG HOA KỲ

Tiền Mỹ sạch hơn tiền mình
Bởi hình tổng thống trên mình đô la
Trăng Mỹ dơ hơn trăng nhà
Bởi Cuội... trúng số, Hằng Nga... đứng đường.

TRĂNG TRONG THƠ

Á ngờ ăng... trờ ăng trăng
Bỗng ma thuật chữ biến Hằng ra tiên
Vàng bay ngộ cõi minh thiền
Qua ngàn cổ tích vẫn... tiền mãn kinh.

HƯƠNG TRĂNG

Để trăng vào chỗ kiến ruồi
Mới nghe thấm thía cái mùi trăng thơm
Để trăng vào chốn áo cơm
Mới nghe trăng lợm như đờm ho lao.

TRĂNG BÊN SÔNG

Trăng xưa chửa dám ở truồng
Thương con nước nổi trăng buông đời mình
Bến sông vằng vặc miếu đình
Sóng không ra sóng uốn hình trăng cong.

ẢO THUẬT TRĂNG

Múa tay ngã mũ chào mừng
Hái trong khí quyển một vầng trăng tươi
Qua rằm trăng lại tân thời
Phao câu trắng nhẩy, nụ cười trơn tru.

TRĂNG GIÀ

Xin đừng chế giễu "trăng già"
Trăng ngon đâu kém đàn bà làm thơ
Sáng từ cái thuở mái tơ
Cuối mùa e ấp nằm chờ gió đưa.

EVA NGOAN

Từ em vơ đại lá nho
Đậy cho kín mít cửa kho Sự Đời
Là khi nghe Đức Chúa Trời
dạy đem Của Nợ báo đời Adam.

TRẮNG ĐEN

Ngực sao trắng quá vậy trời
Tới Đức Di Lặc cũng cười làm quen
Ta dân đen, vớ nùi đen
Khổ đêm nguyệt tận chong đèn... chải suông.

KHÔNG EM...

Em đi tính toán hơn thua
Lòng tôi vắng vẻ như chùa mất chuông
Không chuông chỉ mỗi chùa buồn
Không em là cả đoàn tuồng bỏ vai.

THUYỀN TẢI NƯỚC

Thuyền em tải nước về xuôi
Va nhằm mũi cọc ngậm ngùi nước tuôn
Thẹn thùng róc rách buồn buồn
Ướt ngàn lau lách ướt luôn... bạn tình.

GIÀ CHƯA?

Còn bao lăm nữa cùng đời?
Mà gan đã bé mà người đã hao
Em thương hé góc động đào
Chân tay đã rủn như vào... trại giam.

GIẤU CHIỀU TRONG TÓC

Tìm chiều trong rẽ tóc em
Bâng khuâng thương bậu sợi mềm hoa râm
Yêu nhau cũng chỉ lầm rầm
Sao hoàng hôn cứ nhuộm nhầm đôi ta?

TRĂNG QUỲNH DAO

Rượu Quỳnh vơi nửa chén Dao
Bóng trăng say khướt đổ vào quần em
Giọt hồng như lệ dỗi đêm
Lóng la lóng lánh nhuộm mềm môi anh.

TRĂNG MÒN

Trăng nghèo đi ghế hạng ba
Gió xô cọt kẹt thổi qua đêm người
Lắc lư da cạn thịt vơi
Ăn mòn bán nguyệt, em cười... bó tay.

TRĂNG BIỂN

Tình chiều trễ bến phu thê
Con thuyền hoa chúc lạc về chiêm bao
Buồm trăng đỏ ngắn lụa đào
Vỗ tay ba tiếng kính chào trăm năm.

TRĂNG TREO

Chơi sang sắm hẳn cỗ trăng
Treo lên quan ải cho bằng người ta
Chực hòng mỗi bước em qua
Núng na núng nính mông và trăng... cương.

TRĂNG RẰM

Kiếm em... sợ chồng em ghen
Chờ cho tối lửa tắt đèn về thăm
Mưa điêu đã ướt chỗ nằm
Vầng trăng lại ác đêm rằm sáng trưng.

TRĂNG TƯƠI

Tưởng trăng du đãng du côn
Em co ro nép giấu hồn vào mưa
Chợt trăng vằng vặc canh thừa
Em rời miền ướt gùi xưa theo về.

TRĂNG LỠ

Trăng về quán cũ tìm thơ
Thấy trên vách gió dán tờ dụ thi
Rằng em chưa hết nguyệt kỳ
Khuyết dăm ba bữa tròn thì quanh năm.

TRĂNG THỀ

Thế rồi lẫm chẫm yêu nhau
Bùa mê thuốc lú hơi đâu chuộc về
Mắt môi bày biện ê hề
Mời trăng ngửa bóng giải thề Sâm thương.

Hùng Nguyễn

TRĂNG XA

Bếp mùa ngâm Tuyết Nguyệt Phong
Ai hay trăng buốt đêm đông xứ người
Long Quân cuối đất bời bời
Nhớ bầu vú ấm cùng trời Âu Cơ.

HƯƠNG TRẦN

Là... la... dắt Phật đi chơi
Chiều chưa chạng vạng Phật cười, gãi tai
Hương trần ngất ngưởng nhụy lài
Thương cà sa vụng xạc xài mũi khâu.

CHIỀU BẢN XỨ

Xin chiều đừng đổ xuống sông
Bóng xưa cổ tháp long đong cuộc Người
Vàng son... vàng mã rã rời
Mỏi như bia mộ sợ đời ghét xô.

HÚ HỒN

Ba hồn bảy vía lão D.
Mau về mà dọn cái m. Thúy Kiều
Nặng chi áo gấm hồng điều
Rủ rê lãng nữ qua nhiều vực đêm.

HẾT KINH

Kinh thầy đã tụng hết chưa?
Kinh em đã sạch như vừa qua sông
Boong... boong... dùi gỗ chuông đồng
Phải duyên sư vải tơ lòng thả khuya.

LẠY QUÊ

Lạy quê, áo gấm ê chề
Nghe đau ngực trái lời thề hóa rong
Thôi đành kiếp mọn cho xong
Lòng Nhân xứ Mỹ uốn cong lưng rồi.

KHÓC KIỀU

Tiền Đường "sóng nổi mây chìm"
Lão Vương mặc váy, gã Kim đái ngồi
Đạm Tiên xúng xính đãi bôi
Xui Kiều bự phấn mắc mồi T.N!?

CHIỀU NẮNG NGƯỢC

Chiều rồi... Em có về không?
Hồi chuông sắc lạnh, tiếng chồng em kêu
Buông nhau sợ hỏng mất chiều
Lê la sợ vướng vận Kiều đa truân.

LỒNG SON

Chim khôn đứng hót trong lồng
Mặc mưa dày xéo cánh đồng u mê
Lồng son nan thít tứ bề
Tiếng chim hổn hển vọng về thiên thai.

SƯỞI ĐÔNG

Đông xa, anh lạnh quá chừng
Ôm đi một chút... cháy rừng, phải không?
Lửa từ da thịt mênh mông
Co ro anh cuộn trong lòng hạ em.

BƯỚC KIỆU THẢO NGUYÊN

Ngựa Ô em khớp được rồi
Dắt nhau bước kiệu qua đồi tri âm
Dây cương nhẹ ngón tay cầm
Xoa bờm áp má lặng thầm... thảo nguyên.

KHUNG CỬA CHẾT

Về miền lập thể người yêu
Cơn mê trừu tượng dìm chiều vào đêm
Mướt đen phối sắc hồng mềm
Rách hai con mắt qua đền hợp hôn.

BÙA YÊU

Bùa yêu cùng chuộc cùng chài
Say sưa nghiêng ngã bên đài tồn vong
Vua ban chung Hạc Đỉnh Hồng
Nhìn. Cười. Gật. Uống...
Coi không ra gì.

BUỒN...

Em buồn cặp vú buồn theo
Thiếu hơi dăm bữa mềm xèo... thấy thương
Cặp môi chung gánh tai ương
Chua chua như thể ít đường nhiều chanh.

ANH VỀ...

Anh về... dư mấy bài thơ
Chở đầy nỗi nhớ kín tờ... giấy lau
Câu đầu dắt díu câu sau
Lôi thôi lếch thếch đua nhau đoạn trường.

EM VỀ...

Em về... thiếu bốn sợi lông
Giận anh, mãi gọi mà không chịu về
Khóc đêm khóc sáng dầm dề
Trăm lần chặm mắt đôi mi rụng nhiều.

ANH ĐI...

Anh đi... cười nhạt... vô tình
Em vò xiêm áo đặt lên gối nằm
Anh về... len lén hôn thầm
Em sau kẹt cửa lặng thầm... tủi thân.

NGỦ ĐI EM

Vỗ về môi má, ngủ đi!
Trong nhau hơi ấm xuân thì an nhiên
Cười ngoan, mơ chắc cũng hiền
Khoan thai anh cúi xuống miền cỏ...
- Hôn.

DÂM BỤT VƯỜN CHÙA

Vườn chùa, đêm bụt thủ dâm
Ni cô thổn thức tu nhầm chùa ư?
Thiệt thà Yểng hót lời sư:
Ồ, bông dâm bụt đỏ từ hạnh tâm.

TỪ TRƯỜNG CHIỀU

Cầm chiều ma xát vào mưa
Hoàng hôn cathode đẩy đưa từ trường
Dòng buồn tích điện cực dương
Em đầy anode hết phương tôi về.

LỬA TÂY THI

Lửa từ khóe mắt Tây Thi
Lửa thiêu chiến quốc sá gì Cô Tô
Quân vương ngạo nghễ bên mồ
Mà sao giọt lệ hồ đồ chảy lăn?

LÕA LÒNG

Đôi khi tuột luốt cõi lòng
Thử xem nóng lạnh khi không mưu đồ
Chợt nghe trong cõi lõa lồ
Trái tim thèo lẻo ngây ngô nhớ người.

TẠO HÓA NHIỆM MẦU

Trời cho cua ghẹ bò ngang
Bò xuôi, chi khổ cặp càng lui cui
Trời cho Của Nợ nằm xuôi
Nằm ngang - khi "ấy" một đùi... mất thơm.

THU NĂM THỨ BA

Một thu... hai thu... ba thu...
Yêu em từ đận mắc mù sa mưa
Cuộc tình chưa cũ đã xưa
Lắm công sờ soạng mà chưa thuộc đường.

LĂNG XĂNG

Lăng xăng như chó lạc đường
Thân ta hạt cát vô thường... lăng xăng
May chiều thắp sớm ngọn trăng
Leo heo thấy cõi vĩnh hằng trong... em.

HOA CẨM CHƯỚNG CỔ ĐỒNG

Sạch mưa mây rám cổ đồng
Son môi cẩm chướng xuống bồng bềnh ta
Làm ơn che miệng kiêu sa
Kẻo chiều lãng xẹt nhớ nhà người... dưng.

"DẠ"

Từ khi em "Dạ" ngon lành
Là tôi biết chắc mình không còn mình
Gái ngoan cái mỏ trữ tình
Lòng không thánh giá đóng đinh được người.

ĐIÊU THUYỀN

Điêu Thuyền! Mẹ kiếp,... Điêu Thuyền!
Nửa con mắt liếc ba miền điêu linh
Chén nghiêng đổ Phụng Nghi Đình
Đâu hay chiến mã nát mình ngoài hiên.

MỘ THU

Hoàng hôn lạnh, nghĩa trang lành
Hồn hoang mây phế thị thành hắt hiu
Sương buông vướng ngọn mi chiều
Mắt dưng rân rấn dặt dìu bia xanh.

THU SA

Chỉ là chiều cuối thu tàn
Mà sao trời đất hỗn mang mỏng dày
Chỉ màu lá chết sa cây
Mà đau thấm thía sa lầy vũng nhau.

THU VỌNG

Quạ kêu "tối lửa tắt đèn"
Bóng em bằn bặt trống kèn nghẹn câm
Lần theo nhàn nhạt hương trầm
Dường trong hư ảo thì thầm gọi tên.

CHIỀU VÊNH

Đường dài bước ngắn... Trời ơi!
Đi qua sao hết cuộc người khập khênh
Yêu người, người cứ chênh vênh
Đầu non đáy vực... vớt lên lại chìm.

TAM THU?

Từng thu... từng thu... lại thu
"Nhất nhật bất kiến..." sao mù mịt nhau?
Ba mùa thay lá dãi dầu
Trên cành chưa trổ nổi câu chung tình.

THU PHỐ XA

Da vàng nhịp phố Hoa Kỳ
Xênh xang giễu bước tử thi lạc loài
Người đáng sống... chết sạch rồi
Còn đây một lũ ăn hôi danh người.

UỐNG VỚI BÃO

Thế à?
Bão cũng mất khôn?!
Khi không giần giật thổi dồn về đây
Dăm chai bia mọn, khà... say
Nghe cơn tình lớn vẫy tay lên trời.

RÁC BÃO

Xóa hôm qua... sạch ngày mai...
Một trăm ước vọng sáng nay nhẵn lòng
Ê này,
Bão còn chỗ không?
Chở giùm số mệnh qua vòng lãng quên.

BÃO TỚI

Khóc không được, cười không xong
Đăm đăm con mắt ngồi chong nỗi đời
Lọc lừa người giỡn với người
Bàng hoàng tâm bão xé trời yêu thương.

BÃO TỐI

Thắp rồi ngọn nến, bão ơi!
Thà leo heo thế nuôi đời loanh quanh
Bưng lên cạn chén độc hành
Mời con mắt bão xuống cành tri âm.

BẦY CHIM TRỐN BÃO

Trăm con sẻ túa tìm nhành
Trốn xơ trốn xác bão khoanh tròn bờ
Một thằng mất vợ ngẩn ngơ
Níu cành cải đắng nằm chờ bão tan.

PHỐ TUY HÒA

Phố nghèo, hà tiện cơn mưa
Nhểu dăm ba hột như chừa sang năm
Anh co, hà tiện chỗ nằm
Mưa không ướt tới, em nằm bên không?

LÊN CHÙA BẢO TỊNH THĂM CHA

Về chùa thăm hũ xương cha
Lắc khua lục khục như cha đang cười
Mừng con sống sót xứ người
Chút bơ chút sữa bụi đời tênh tênh.

ĐÁM GIỖ BÊN CÔ CÔNG NHÂN VỆ SINH

Thúy Kiều là rác loại sang
Em đi hốt rác xóm làng bĩu môi
Rác Kiều ai dám chê hôi
Sao em nhặt rác lại ngồi mâm riêng?

NGẬP NGỪNG EM

Ngập ngừng sông chảy Đông Nam
Một trăm rìu rác cũng làm biếng trôi
Ngập ngừng em trở lại tôi
Cả ngàn ấm ức cũng lôi thôi về.

VIẾNG KIM CANG TỰ

Đò tham chở mất tiếng chuông
Sang ngang tiếng mỏ đâm buồn ngẩn ngơ
Níu tay la hán đòi thơ
Thơ khua lốc cốc có chờ nổi chuông?

ROMANCE ƠI!

Em rơi classic đêm
Ngập ngừng tôi vấp bên thềm Romance
Guitar nắn phím rối nhằng
Sợi thương sợi nhớ cố nâng bước người...

NỖI BUỒN THẬP GIÁ

Giăng tay che lấy cuộc người
Vòng gai nhuốm máu Cha cười con không?
Ví đầu Thập giá uốn cong
Con khom lưng đếm ba vòng người yêu.

NHÀ KIỀU TRÊN ĐƯỜNG NGUYỄN DU

Xách xe đi kiếm Thúy Kiều
Lầu xanh đèn đỏ treo chiều rồi sao?
Người xưa giày xéo má đào
Người nay cũng ác khác nào Tố Như.

TRÁI LỤC BÁT

Trèo lên Lục Bát hái thơ
Đem về dú ép, sững sờ... thơ chua
Rằm đem câu lục cúng chùa
Thất kinh, câu bát mất mùa lương tri.

TÚNG

Túng tiền... mấy gã một chai
Say chưa tới bến, rượu ngoài kẽ răng
Túng tình... chia nhỏ vầng trăng
Một con Chức Nữ mấy thằng Ngưu Lang.

ÔI, MARIA

Thế gian đâu thiếu sinh linh
Chưa từng ân ái thụ tinh nỗi gì?
Chim chưa hót nắng xuân thì
Màng trinh chưa bục mắc gì chịu ơn.

TẾ CÔ HỒN SỐNG

Nhang tàn, rượu cúng... xin mời
Lũ cô hồn sống bên trời tha phương
Uống đi, từng hớp ly hương
Cay sè con mắt xót phường vong ân.

XÚM XEM ẢNH HOA HẬU M.P.T

Em quỳ áo nắng che thân
Mắt anh thô bỉ thấy trần truồng em
Lệnh vua: Quan lại kiêng khem
Chừ đi chân đất chết thèm đào lê.

VỀ THĂM DÒNG DOMINICO

Phúc âm con gởi lại trời
Lạc bầy chối Chúa nửa đời chiên hoang
Sông xuôi buồm lỡ căng ngang
Thôi về ngụp lặn thiên đàng Tình nhân.

BOING

Boing cưỡi gió lên trời
Chở theo gã Việt nửa người nửa ma
Cười gằn... đời đã chán ta
Dưới ba tấc đất Mỹ xa hơn Trời.

VU LAN VỚI MẸ

Vu lan mẹ muốn ăn gì?
Con mua tế sống, chờ chi hết đời
Con gà hấp muối vàng tươi
Phần xương mẹ nhận, con ơi!... mẹ thèm.

SAIGON CHIỀU

Ta đành đãi nắng SaiGon
Gạn trăm cát bụi coi còn bao nhiêu
Gởi về em thắp đỏ chiều
Mùa thu lá sáng nhẹ hều rời cây.

CÔNG VIÊN HÀNG ME

Xuống tàu lội bộ Mã Vòng
Ngó hàng me cũ long đong cựu đời
Bây giờ người đã ngán cười
Công viên lá cũng chán rơi phận hờ.

MƯA CHIỀU CHÚA NHẬT

Điềm nhiên phố rỗng người thưa
Đôi môi quai vạc tím mưa xòa cười
Dường em thách thức bụi người
Chiều thu có dám nuốt lời thủy chung.

MƯA SAIGON NGHE PHONE

Ba cô vén váy bên đàng
Dụm đầu che lạnh phone chàng ướt mưa
Liếc nhau..., tiếc nhỉ, phải... xưa
Thời còn phong kiến, thuở chưa ráo... lòng.

... VÀ THƠ

Thơ hiền như gái nhà lành
Nửa đêm máu lửa cũng nằm cắn răng
Thơ mềm như giọt lệ trăng
Rót không đúng chỗ, trốn rằm đẻ non.

ĐẠI DƯƠNG

Lòng Mẹ - Lòng Em: Y nhau
Thương ta, nắng lửa mưa dầu sá chi
Hỏi: -Em thua Mẹ điều gì?
Rằng: -Chỉ cho bú những khi vắng người.

DẠO NET

Lang thang trên Net rình người
Thò tay bắt lấy nụ cười Thu Đông
Có chồng? Kệ xác, có chồng
Coi như vét cặn đáy lòng bỏ không.

SONG KIỀU ĐỐI ẨM

Việt kiều khóc với Thúy Kiều
Chúng mình chung cảnh đò chiều sang ngang
Nàng... đĩ thỏa, ta... điếm đàng
Tay chèo bải hoải xóm làng ngó lơ.

TRĂNG PHAN THIẾT

Lên tàu ôm chặt vầng trăng
Qua ngang xứ mắm vùng vằng trăng than:
Ngàn năm thơm một bóng vàng
Em chưa giở bước sao chàng ngẩn ngơ?

THƯ GIẢN QUÁN

Mười ngàn một nụ hôn chay
Thịt da con gái cứ ngày rẻ đi
Xứ người... nước mắt cu li
Về quê... khanh khách, uy nghi... vua cười.

LẮC ĐÒ

Hạ nguồn mái đẩy lắc đò
Sênh xao phách lạc nhịp hò sông Hương
Cạp quần treo vú đào nương
Thơm môi Cẩm Lệ vô thường rứa răng?

VIẾNG BỬU LÂM TỰ

Lên chùa, đói bụng, tìm xôi
Ni cô mắc tắm, Phật ngồi nín thinh
Tức mình... sang sảng thơ tình
Ni cô đỏ mắt tiếc mình mất trinh.

GÀ TƠ

Bây giờ đủ cánh đủ lông
Ngực non đúng lứa cải ngồng giêng hai
Thôi đành bày cuộc liêu trai
Trả công chờ lớn tháng dài năm xa.

NGÓ ĂN MÀY-THƯƠNG ĂN XIN

Ăn mày bản xứ: chưn không
Ăn xin xứ Mỹ: giày lồng vớ hoa
Ăn mày... đổ vấy... Nghiệp nhà!?!?
Ăn xin... Vận nước!?!? Nhục ba bốn đời.

PHỐ TÂY ĐỀ THÁM-QUẬN 1

Phố Tây, ta Việt chơi... Tây
Hôn bụng con gái giữa ngày nắng chang
Đầu bạc nũng nịu đầu vàng
Oan hồn Đề Thám đầu hàng... Việt gian.

TRĂNG GHỀNH RÁNG

Sẵn về Ghềnh Ráng liên hoan
Hỏi Hàn thi sĩ có còn mê trăng?
Ngày xưa trăng đáng mặt trăng
Nay trăng có chửa với thằng mua trăng.

THÁP NHẠN

Trên đầu Tháp đội linga
Chờ con Nhạn mái ta bà về chơi
Trời cao thăm thẳm biếc trời
Chân Hời uể oải, mắt Hời xa xăm.

THĂM THẦY DẠY TRIẾT NĂM XƯA

Qua đền Biện chứng tìm vàng
Nghe Socrate cười khan một mình
Thương thằng bỏ xứ điêu linh
Theo Jean Paul Sartre hiện sinh nỗi gì?

BÊN BIỂN NHỚ VỢ... NGƯỜI

Biển buồn nhớ vợ... người ta
Tiếc ngàn hải lý bơi qua bán cầu
Nhậu chiều uống chậm say mau
Thương con cá lội chảo dầu réo sôi.

VIẾNG THANH LƯƠNG TỰ (1)

Lên chùa lạy Phật, Phật đâu?
Cặp mông trắng chổng, gằm đầu nam mô
Thuyền Thiền nhấp sóng lô nhô
Cà sa độn củi, ô hô... niết bàn!

THĂM BẠN HƯU TRÍ, VÀO MẠNG

Mắng con người mẫu ở truồng
Thương đôi vú mướp trong buồng đong đưa
Ngày xưa, ừ nhỉ, ngày xưa
Áo quan mặc chật vú chưa biết buồn.

LÊN THÁP BÀ PONAGA

Tháp khô sạch bóng ăn mày
Thiên y phành phạch ngủ ngày thông thênh
Dại gì để lại tuổi tên
Một khi lêu lổng lại quên... thờ Bà.

MỤ KHÙNG ĐUỔI CHỢ

Mụ Khùng giấu bụng chửa hoang
Rún ra làm chứng giải oan trăng vàng
Gông đầu được gã từ quan
Mừng như hoa hậu đăng quang, mụ cười.

VIẾNG THANH LƯƠNG TỰ (2)

Liên đài một đóa kiêu sa
Mắt lim dim mộng la đà từ tâm
Xin đừng bẹo má Quan Âm
Kẻo bình cam lộ rưới nhầm thiện căn.

THU, CÂY VÀ LÁ

Cây là vợ, lá là chồng
Mỗi thu lá chết cây gồng mình đau
Ngoắc trời hối giọt mưa mau
Ướt nhau sinh khí mùa sau lại về.

LÁ, CÂY VÀ THU

Vợ là lá, chồng là cây
Gió xô lá té, gió đày đọa ai
Cành khô Chiền Chiện ngủ ngày
Lá đâu Tấm Cám chim bay lạc hồn.

NGUYỆT EM

Người dưng... năm ngoái, cười khì
Em đau bụng máu can gì anh lo
Đêm rồi... khúc khích, hẹn hò
Sao đau chỗ nọ lại vò chỗ kia?

HỒN CHỮ

Buồn buồn giỡn với bóng em
Mời ly rượu cúng đỡ thèm mà vui
Tứ thơ nguệch ngoạc lên đùi
Nghe trong hồn chữ bay mùi rất... Em.

THƠ TẶC

Rừng vàng?
Lâm tặc phá tàn
Biển bạc?
Hải tặc cướp ngang, hết rồi.
Em như cọng cỏ mồ côi
Anh thành... Thơ tặc, buông mồi...
Vét Em.

BUỔI CHIỀU HỌ BỒ

Gối đầu nửa ngực liêu trai
Chiều ta ôm ấp hình hài hồ nương
Bên kia cửa hậu thiên đường
Ai treo cặp mắt vô thường trắng đen?

MƯỢN TẠM

Vai trần sao lại để không
Cho anh mượn tạm mùa đông gối đầu
Ngủ vùi một cõi mê sâu
Sáng ra bẽn lẽn bạc đầu với nhau.

KHÚC TÌNH

Đợi em... Trời ạ! Một đời
Giòng sông lặn lội mơ người không duyên
Thôi, về... quất giấc thiên niên
Mộng tàn trong mộng... đỡ phiền sáng mai.

BƯỚC LỆCH

Chiều rông đất khách quê người
Dưới cờ bội nghĩa, thắt cười... hắt hiu
Binh nhung hoài cổ buồn thiu
Thương mình... phát khóc, mắt liu riu nhòa.

HUẾ

Khoái - Ram - Ít - Nậm - Bún bò
Huda ướp lạnh điệu hò sông Hương
Nam Ai xuống ngọt xưng Vương
Tách hàng khuy bấm, chiều thương Huế tình.

GIỚI

Riu riu lưng gió đàn bà
Vàng y Bá nạp la đà truân chuyên
Bồ đề trăm hạt lẩy duyên
Phải đâu em lộng mỗi miền vãng sinh?

THÀNH TÍN

Xuống hồ ngắt bó Vô thường
Lên chùa kỉnh Phật xin... nhường Quan Âm
Tại em... trốn biệt hôm rằm
Tại Người hệt dáng em nằm... trang nghiêm.

Ở CHÙA

Cái chiều tiểu quét lá đa
Quét ngang mắt liếc, tiểu ta đau nằm
Ai về, nhắn mẹ lên thăm
Xin thầy hoàn tục, tiểu nhầm pháp duyên.

CÁNH CÒ BOSTON

Mẹ tôi đành phải thân cò
Nửa đêm bến lạ lò mò kiếm ăn
Chưa no đã vội xỉa răng
Miếng ngon xứ Mỹ để dành... cho tôi.

MẸ TÔI, CHA TÔI

Cha tôi chết đã nhiều năm
Mẹ tôi lén khóc đêm nằm nhớ... xưa
Một đời ổng bả nắng mưa
Tình luôn túng thiếu chỉ thừa... bầy con.

TRONG TRÁI TIM LẬP THỂ

Nỗi đau sét đánh : Chết cha
Niềm đau ri rỉ : Mẹ già tha hương
Giả đò ra dáng đứng đường
Ai hay góc khuất rặt phường trẻ thơ.

BÔNG GIẤY Ở CÔ TÔ

Bông Giấy bằng... giấy: Không gai
Ai đem chôn đỏ cội đài Cô Tô
Quan san trắng tuyết xanh mồ
Duyên tình trở mặt, ngựa thồ lơn tơn...

HOA DÃ QUỲ MỌC DẠI

Dường như hạt giống của trời
Nụ vàng xiu xíu bên đời cội Si
Nghiêng thân che chở xuân thì
Bao giờ em lớn, Dã Quỳ tôi ơi?

HOA CÁT TƯỜNG

Tặng em đôi đóa Cát Tường
Tím hồng khắc khoải, tím sương ngàn trùng
Đoạn tình hấp hối lâm chung
Người vui hạnh ngộ, mình ung dung... buồn.

XÂM THỰC

Chiêm bao xâm thực cơn mê
Tiếng cười tiếng khóc đi về vắng xa
Dạ hành áo xống du ca
Bóng người xâm thực đời ta khuyết dần.

SẰNG

Đừng để lại tôi một mình
(Trời còn không nỡ dứt tình nhân gian)
Tôi yêu loạn lạc to gan
Mai người tiêu thổ sang ngang, tôi... sằng.

ĐÃI VÀNG

Người ta đãi cát tìm vàng
Còn tôi đãi mộng tìm bàn tay xưa
Người ta đồng hạn cầu mưa
Tôi cầu tới chết vẫn chưa gặp người.

VIẾNG THĂM

Đừng tưởng tôi vì tiếc em
Dưng chân phiêu bạt nghe thèm hương xưa
Lạy trời chiều xuống đổ mưa
Tôi rong phố cụt viếng trưa đời nàng.

CHÚC RƯỢU

Đằng nào rồi cũng cuối cùng
Mời nhau chén rượu lâm chung cho rồi
Chúc Đời đủ lứa đủ đôi
Chúc Ta thắng chốn xa xôi... ngậm cười.

KHÁNH THỌ

Ta mừng thượng thọ sáu mươi
Ngã ba quán xóm tự mời tự nâng
Mừng ta quậy nát hồng trần
Tử sinh nguệch ngoạc lục tuần như chơi.

BÙNG - TẮT

Nằm co liếm vết thương đời
Da non liền sẹo thương người rưng rưng
Mắt ai như bão lửa rừng
Bùng lên, vội tắt - dửng dưng, sao trời?

ẢNH THỜ

Này môi, này mắt, này người
Vô tri mà cất tiếng cười nhạo ta
Đăm đăm vượt bóng quan hà
Nhìn đau con mắt - thịt da vỡ òa.

NGƯỜI?

Vặt lông trơn nhẵn con gà
Hai chân nghiêm nghỉ biến ra con... Người
Hôm qua tôi đi chợ Đời
Mà quên gian dối - Trời ơi! mất Người...

CẢI TÁNG

Tha phương cầu thực chân trời
Biết còn thấy lại tăm hơi di dời
Nấm mồ dĩ vãng nửa đời
Cũng đành cải táng về nơi xứ người.

DẠ CỔ HOÀI LANG

Tiệc tan bội bạc ra về
Chợt say chuếnh choáng chợt vê áo nhàu
Người xưa trắng tóc đã lâu
Người nay Dạ Cổ đong sầu Hoài Lang.

PHỐ NGƯỜI

Mấy mươi năm lạc phố người
Trái tim bản xứ về người di cư
Vầng trăng vốn của riêng tư
Phố người cũng đắm, thôi ừ, của chung.

CA DAO TÔI VIẾT

Ca dao ơi! Ca dao buồn
Một cung xề cống cúi luồn mai sau
Ca dao ơi! Ca dao sầu
Một gamme la thứ đau đầu cố nhân.

ĐÊM LỠ

Áo jean đậu kín vai mềm
Em nghiêng nhánh tóc tay đêm dại khờ
Trái tim lẩy bẩy ầu ơ
Ru em, em khóc tình mờ vết đau.

TRĂNG VỠ

Trời ơi! trăng vỡ mất rồi
Mảnh rơi đáy nước, mảnh rơi non ngàn
Chờ nhau viên mãn hợp tan
Một đôi vàng khuyết giao hoan động trời.

ĐÊM CÒN LẠI

Đêm này ư? Đêm sân si
Đất đi đằng đất, trời đi đằng trời
Đêm không còn chút tăm hơi
Đêm quên áo cưới theo người quá giang.

CHẦU TRỜI

Bao giờ cho đến thiên thu
Trăm năm dở bữa biên khu chồng chềnh
Tủi thân ta bước một mình
Không ai theo tiễn gánh tình è vai.

VỖ VỀ

Nửa đời em khóc được bao
Dư chi nước mắt đổ vào tình ta
Tôi chơi một trận phù hoa
Thôi em đừng tiếc kẻo lòa sắc xuân.

CỔ TÍCH

Già: Buồn: Nhớ... ngực trái cau
Nhớ xâu bông giấy cài đầu người xưa
Nhớ trưa... trong vắt... dưới mưa
Nhớ đôi răng khểnh, giận ưa... cười trừ.

VƯỜN HƯƠNG

Em lê gót mộc gõ chiều
Thót tim tôi sợ trái yêu sút cùi
Đội ơn da thịt bén mùi
Vườn hương hé cổng tối thui cứ chờ.

BÓNG CHIỀU

Bóng tôi đối chứng thân tôi
Chiều nghiêng xoạc nắng bóng tôi ngã nhào
Thương nhau tôi té ra sau
Bóng tôi dị dạng khóc ào mưa giông.

SÓNG Ở SÔNG
(Tặng Quỳnh Hoa)

Xưa người áo đỏ qua sông
Bỏ rơi tôi lại mênh mông cõi tình
Tôi đi lưu lạc lục bình
Ô hay, con sóng vô tình đấy thôi.

GIÁ NHƯ

Giá em không về chiêm bao
Thì tôi đâu để hư hao một đời
Giá em không nheo mắt cười
Thì tôi đâu để lạnh người chung chăn.

CHUYỆN ĐỜI XƯA

Đời xưa mưa đổ lên trời
Đời xưa biển ngọt về nơi suối nguồn
Đời xưa em khóc thêm buồn
Đời xưa thiết yến rượu suông vó hồng.

CON MỒI

Tôi đi chưa tới tuổi già
Trần gian lột sạch thiệt thà trong tôi
Chừng như tôi giống con mồi
Hôm em nhả đạn bắn bồi nát mem.

CỘNG TRỪ

Đêm vui trừ với ngày buồn
Sáng mai còn lại tích tuồng áo cơm
Hũ chai cộng với tiếng đờn
Thành chiều xác nhộng dở cơn mơ tằm.

NHẠC NGỰA

Thuở nào nhạc ngựa lanh canh
Bờm tung tám hướng suối gành vút cao
Chừ về nhạc ngựa cũng reo
Chở chiều thổ mộ hồn treo gánh tình.

BÁT MÃ

Đêm xưa trận mạc trùng vây
Tám con ngựa hí phủ đầy binh đao
Đêm nay hồn chốt non cao
Một con bờm rũ đi vào chén say.

NGỰA QUÈ

Ngựa què bước kiệu lũng khô
Đồng tranh cỏ cháy, ô hô! mạt thời
Cuồng say chinh chiến đã đời
Biết ai da ngựa ru hời kiếp sau?

MỌI

Bình minh - Thằng mọi - Chợ phiên
Nằm say thẳng cẳng đổ nghiêng gánh thồ
Rớt ra một dúm tình khô
Một bài thơ sấy, một lô lốc dòi.

MÈO HOANG

Chiều thơm tay gái giang hồ
Rưng rưng tôi khóc nấm mồ sắc hương
Thân em của rẻ thập phương
Lòng tôi bá tánh cứ thương thế nào.

MAI TÁNG

Chôn Sao giữa vụng trăng tan
Chôn Thơ giữa chén rượu tàn cầm canh
Chôn Tình giữa chốn lầu xanh
Chôn Tâm giữa cõi thị thành cỏ may.

ĐÔI BỜ NO GIÓ

Bờ Nam sóng cứng em mềm
Đò Trương Chi quẩn bên thềm Mỵ Nương
Ngực nào chẳng sắc chẳng hương
Sao Sâm Thương mộng đầy phương Bắc rồi?

CHE

Em về lấy cũ che xưa
Lấy lưng che nắng, lấy mưa che chiều
Lấy tình che khoảnh quạnh hiu
Lấy cười che bớt nỗi điêu toa đời.

HÁT DƯỚI TRĂNG

Gõ bầu, ngồi hát dưới trăng
Mười năm oan khuất cầm bằng tay không
Tài hoa gán nợ tang bồng
Đêm tàn xứ lạ cạn vầng trăng suông.

HÓA KIẾP

Chiều... tằm lột kén hóa ngài
Đêm... trăng lột xác mãn khai hóa rằm
Ta ngồi rình rập từng năm
Chờ em lột áo hóa thành tần phi.

TRĂNG VÀ EM

Rằm, trăng hệt bản mặt em
Đã văng vắc sáng lại kèm hương hoa
Ta, đời lận đận xa nhà
Trăng đeo mừng quýnh như là em... đu.

VỚT TRĂNG

Đò ơi, đừng vớt trăng lên
Nhỡ sông khánh kiệt biết đền đáp chi
Thà rằng trăng nhịn oxy
Để sông ngáp ngáp chảy đi chảy về.

VỀ PHÍA TRĂNG

Mộng du về phía trăng treo
Đến quên đèn phố vẫn heo hắt vàng
Hồi xuân kẹt giữa đông tàn
Xe dừng nguyệt đổ lỡ làng cuối năm.

TRĂNG THÁNG CHẠP

Trăng đầy tới bục chỉ rồi
Sông vàng sóng sánh nhuộm đồi nương xưa
Cọc cạch em vá lưng mùa
Để trăng tháng Chạp cù cưa níu người.

PHÍA NÀO CŨNG TRĂNG

Vầng trăng hải ngoại đã mòn
Biết trăng quốc nội đã tròn trĩnh chưa?
Trăng ta như cải muối dưa
Úa vàng dúm dó giữa mùa tất niên.

TRĂNG VÀ THƠ

Khi trăng nuôi bệnh họ Hàn
Câu thơ Vỹ Dạ chỉ toàn mủ xanh
Khi trăng đổ bệnh cho anh
Bài thơ xứ Mỹ tanh tanh máu... bầm.

XÔ

Bóng trăng xô đổ bóng người
Tiếng đêm xô đổ tiếng cười ra sân
Ơ hay, trăng mọc dưới chân
Sáng đôi nhân ảnh Sở Tần tri âm.

HỎI ĐƯỜNG

Cầm tay gái chợ Đông Hà
Thăm dò chỗ kín chuồn qua đất Lào
Em cười một nụ gươm đao
- Cứ lên đường Chín tọt vào Khe Vua?!

GIÓ LÀO

Mặt dày úp giữa Khe Sanh
Nghe đèo Lao Bảo lạnh tanh phần hồn
Gió đùa nhan sắc Sê Pôn
Đọng bên cửa khẩu hương tồn Chăm Pa.

MÙA ĐÔNG, EM Ạ!

Chạy không qua nổi mùa Đông
Câu thơ kiệt sức nãn lòng buông xuôi
Mặc ai che miệng cười ruồi
Niềm đau cứ kéo giật lùi ta... trôi.

CHIỀU THÁNG CHẠP

Chuông chùa bộ rãnh lắm sao?
Mà âm thanh Phật đổ vào chiều nay
Rượu đời xô Tiểu một say
Để bao Không Sắc loay hoay vá chiều.

HẬU CHIẾN

Khi thèm một đứa con chung
Ta xua tướng dũng binh hùng chiếm em
Biết đâu giữa chốn bưng biền
Em còn đỏ lửa mùa... tiền mãn kinh.

BẦY TỐT QUA SÔNG

Kinh Kha thất học đã đành
Sao ta lắm chữ cũng thành tốt đen
Cặm sào e tiếng chí hèn
Qua sông... ngũ mã trống kèn phân thây.

TUYẾT, CHÓ VÀ... TÔI

Mùa Đông tới chó cũng buồn
Huống chi viễn khách đi buôn đời mình
Tuyết mênh mông... trắng... vô tình
Chó ru... người khóc... Chiều... kinh hãi, chiều...

RƯỢU TÌNH

Em tan trong chén rượu tôi
Nên từng mỗi ngụm mấy lôi thôi buồn
Đôi khi quá chén đâm cuồng
Thấy trên mặt rượu... trần truồng em bơi.

THANH TÂN

Đôi khi ta cũng trẻ con
Nâng niu như thể em còn tiết trinh
Tưởng chừng từ thuở siêu hình
Dọc ngang tiền kiếp đôi mình đã yêu.

TƯỞNG TIẾC

Thạch sùng chậc lưỡi tiếc nhau
Lẽ nào ta chịu bạc đầu sao, em?
Đôi khi chép miệng nửa đêm
Ngực thơm tưởng niệm cũ mềm nụ hôn.

ĐẰNG SAU TIN ĐỒN NHẢM

Người đồn: Ta - Bậu gian dâm
Ai hay mình tốn ngàn năm mới gần
Tìm nhau suốt mấy cõi trần
Ôm nhau... để sưởi mộ phần đời nhau.

XƯA LẮM MƯỜI NĂM

Mười năm lưng ngựa giang hồ
Mười năm bợm bãi những cô hồn người
Mười năm lờn mặt cuộc đời
Mười năm... Chuông đổ... Bật cười, ngứa tai.

TRĂNG QUÊ

Việt kiều đứa Mỹ đứa Tây
Chúng mình một lũ ăn mày hạng... sang
Trăng Tân Sơn Nhất giát vàng
Nén đau, đội lốt ông Hoàng bà Phi.

ĐI THEO TRANG SỬ

Chuyến xe lịch sử qua đèo
Chưa tuột hết dốc đã trèo lên non
Thế nào bia đá chẳng mòn
Hơi đâu thờ phượng những con thú Người.

KHÓC RÒNG VỚI KIỀU

Đọc Kiều khinh mụ T.N.
Mười lăm năm đĩ nhừ m. bấy l.
Ba trăm năm lệ Tú ông
Xui Kiều lật lọng cướp chồng của em.

CẢM TÁC "HOÀNG HẠC LÂU"

Hồ đào mươi ngụm hóa chim
Theo Xuân "sóng nổi, mây chìm" vọng xưa
Sông người Hoàng hạc về chưa?
Lầu vàng đứng bóng lỡ trưa mất rồi.

SIÊNG NĂNG

Có năng hôn miệng người yêu
Mới hay nghe ít nói nhiều thơm hơn
Có siêng ôm bụng người thương
Mới hay da thịt cũng thường... tưng tưng.

BÊN CỔNG LÀNG, KHÓC...

Ta đi từ bấy giang hồ
Từ gieo xương máu vào mồ mả xưa
Cổng làng chóng nắng chầy mưa
Tủi thân con cháu mắc lừa tổ tiên.

SỐNG NHỜ

Từ ngày qua Mỹ sống nhờ
Nhiều bơ lắm sữa nên thơ nặng nề
Lạy quê, mai mốt con về
Thơ lại óng ả tràn trề như xưa.

VỌNG CỔ BẠC LIÊU

Dùng dằng phủi đít qua cầu
"Nước non ngàn dặm" Sáu Lầu vô can
Dừng ngay, Dạ Cổ Hoài Lang!
Kẻo trăng bộp chộp thếp vàng lên sông.

MỎ VÀNG

Thăm dò dưới rún một gang
Có đui cũng biết mỏ vàng ở đâu
Thơm gì cái bả sang giàu
Một ngày không tắm đã Sầu Riêng em!?!?

NGỰA CŨNG BUỒN

Chợ chiều nhạc ngựa cũng buồn
Gánh thồ bước kiệu hí cuồng non sông
Sá gì từng vũng máu hồng
Chỉ đau thấm thía tiếng cồng thu quân.

BỒI HỒI HƯƠNG XƯA

Cưỡi lên mây trắng Boston
Loay hoay đã tới Tân Sơn Nhất rồi
Chợt nghe gan ruột bồi hồi
Cơn mưa nhiệt đới? Tóc người năm xưa?

TÌNH GIÀ

Cưỡi vòng khói thuốc hóa mây
Nỗi buồn thượng lộ mà bay lên trời
Già đầu sắm cuộc yêu người
Người hoang, giận quá, bật cười... hồn nhiên.

TRẦU CAU NHÉ, EM!

Trầu vàng têm với cau khô
Tưởng đời ngậm đắng tình hờ thế thôi
Chợt em quệt bậy chút vôi
Nuốt cay chung thủy miệng môi đỏ... lòm.

HOA XUÂN

Từng bông hoa đã mãn khai
Giọt Xuân vẫn thắm bên ngoài uyên nguyên
Mặc cho cánh Nhạn hót chuyền
Mùa hương sắc cứ trên miền trăm năm.

VỀ PHỐ QUEN

Ta về phố vẫn ngủ trưa
Hoa lim dim nở, nắng lưa thưa vàng
Bóng ai thịnh soạn bên đàng
Tóc đầy diện tích che ngang cuộc Người.

NGỦ VÙI ĐÊM VALENTINE

Valentine... khuynh nguyệt đài
Da thơm thịt ấm từ ngoài tới trong
Ta nằm, úp mặt giữa mông
Tuyết tan mưa tạnh: mùa Đông chết chìm.

TÌNH CỎN CON

Bao nhiêu tên tuổi qua đây
Rồi đi biền biệt như mây vô tình
Vòng tay chiều khép yêu tinh
Cố ôm cho gọn cuộc tình man di.

NẮNG PHÍA EM

Nắng em đổ xuống ngày tôi
Ráng chiều hổ phách ai ngồi nhớ ai
Biển xa... Trời ạ, sóng dài
Đương không thủy táng thuyền ngoài trùng dương.

VƯỜN RAU ĐANG XUÂN

Vén quần qua động Tần Ô
Mùa hương dung tục giấc hồ tràng giang
Cánh hoa cải mỏng bay càn
Chiều chưa giòn lụa đã vàng hoàng hôn.

XUÂN RỒI, ƠI ĐÔI CHIM TỪ QUY!

Chim Quy hót tiếng cục cằn
Hỏi chim Từ đã muốn...''đằng'' hay chưa?
- Quy đòi, thì Từ xin thưa:
Khổ mình em chịu, chàng vừa lòng chăng?

NỒNG NÀN GIỮA XUÂN EM

Đã đời một cuốc xuân nồng
Khi nằm quấn quýt bên mông người tình
Một đời gió bụi nhục vinh
Thịt em nóng hổi, ta thành... Triết gia!

XUÂN ĐÔI BÊN

Bên kia ranh giới giao thừa
Là chim ngứa mỏ, là mùa Xuân reo
Bên này trời vẫn hắt hiu
Tố Như gát bút cho Kiều ngủ Đông.

CHẠM XUÂN

Khi vừa chạm mặt mùa xuân
Là không còn sức mà khuân đời về
Cuối năm xứ lạ lê thê
Giao thừa nhấp nhổm nhớ về quê xưa.

VỌNG XUÂN

Những chiều địa ngục phóng sinh
Lại nghe tiếng vọng nhục hình rất thưa
Lòng ta lộp độp hóa mưa
Tưới con đường dẫn giao thừa đời nhau.

GÁNH XUÂN

Còng lưng quảy gánh giao thừa
Đầu mùa Đông trắng, đầu mùa Xuân xanh
Ngó lên tuyết vẫn trên cành
Lộc chưa dám biếc, sao đành tất niên?

XUÂN ĐẾN

Dường như Xuân đã bên thềm
Nên trời và đất cứ kềm chế nhau
Trời giăng tuyết, cuộc bể dâu
Đất sinh sôi cỏ, nhuộm màu tương lai.

TREO GIỌT XUÂN EM

Rơi vào đáy vực mắt sâu
Ta loay hoay cố bấu vào sợi mi
Em lăn giọt lệ xuân thì
Ta buông tay thả hồ nghi lòng người.

UỐNG GÒ ĐEN PHƯƠNG NAM

Về Nam uống rượu Gò Đen
Say mắt con gái quên đèn đỏ xanh
Xoay vòng đúng quậng bùng binh
Dăm ba tiếng "troóc" đã thành... hiền thê.

UỐNG BÀU ĐÁ MIỀN TRUNG

Đò chìm sóng rượu xuôi Trung
Gõ ly Bàu Đá thì thùng Tây Sơn
Say như Đào Tấn say đờn
Lãng như đào hát đâm đơn kiện... tuồng.

UỐNG LÀNG VÂN XỨ BẮC

Tháng Mười ra Bắc giỗ cha
Rượu Làng Vân ngấm, đuối ba bốn ngày
Bềnh bồng xác gió hồn mây
Dưng lòng mắc cạn giữa bầy... cháu dâu.

LIÊU TRAI

Mộng tinh lắm trận tật nguyền
Thấy em khập khiễng trên miền ái ân
Hồn nhiên như đứa vô thần
Ghé môi che kín chỗ cần giấu tên.

THU VỀ NGỦ CHUNG

Mùa thu về ngủ với em
Coi như cội rễ tòm tem lá vàng
Biết đâu cổ tích chiều hoang
Gió mùa Đông Bắc đầu hàng đôi ta.

ĐÊM MƯA TRONG MẮT

Mở mắt là chạm bầu trời
Hàng lông nheo chớp rối bời kiện thưa
Đêm qua như có giọt mưa
Lăn từ cõi nhớ đu đưa ngoài tròng.

NẮNG GIÓ THÔI ĐÙA

Gió đừng thổi tốc váy người
Kẻo hương xoài mít lên trời hết sao?
Nắng đừng nhuộm đỏ má đào
Kẻo đời nhầm lẫn em chào bướm ong.

LÝ TƯỞNG

Tụi mình lạc đệ giang hồ
Trên đồi bách thảo xô bồ vó non
Miệng cười chưa ướt đã mòn
Thâm vai, nhớ má, nhát đòn... người dưng.

NỖI BUỒN VẶN VẸN

Buồn như con Cọp ở chùa
Bị ăn rau cải, đeo bùa quy y.
Thèm Đời... bầu máu từ bi
cũng sôi lục bục nhớ... thi thể Rừng.

NGU

Tiền Đô đổi lấy tiền mình
Chợ Người mua phải gánh tình bèo mây
Trời Tây nước chảy gió bay
Gánh kia sạch vốn, gánh này trắng tay.

CON CÒ VỤT ĐAU

Mẹ ngồi giữa chợ bán rau
Áo trang đài cũ nhuộm nâu hơn trời
Nhát gừng cả tiếng rao mời
Chồng con tù tội biết đời nào ra?

NUỐT LẠI MỘT LỜI

Chết rồi... xin đốt thành tro
Để nương theo gió lần mò về quê
Đành rằng sông chán núi chê
Chỉ mong nuốt lại lời thề thất phu.

ÔM MÃN TÍNH

Ôm em tới thúi cả chiều
Tới nhăn cả gió, tới xìu cả mưa
Gánh tình dọn phải chợ trưa
Biết ta cữu vạn có vừa ý em?

ÔM CẤP TÍNH

Giận đời, ôm chặt người... dưng
Đến bẹp cả vú mà rưng rưng lòng
Làm sao hiệp ngãi vợ chồng
Chia xương sẻ thịt mà không ai buồn.

ÔM TRỜI

Ôm trời, mếu máo với Trời
Hỏi sao để đất bắt người đi hoang
E mai rừng rú bazan
Máu đâu tưới đỏ, lá vàng... tội cây.

ÔM ĐẤT

Chịu phiền ôm lấy núi sông
Ru Trường Sơn ngủ, dỗ Cửu Long cười
Triều đình lấy của bỏ người
Sẩy đàn tan nghé, đất trời mồ côi.

CHÀO XUÂN

Mừng Xuân lá vẫy trên cành
Chó rông tưởng chủ gọi mình, ngoắc đuôi
Chân ta, phố Mỹ... ngậm ngùi
Tình người nghĩa chó xúm chùi mắt nhau.

ĐỨNG TRƯỚC BIỂN

Chiều ra thăm biển, biển yên
(Hình như sóng gió mắc phiền nhiều em?)
Làm sao về kịp trước đêm
Ngăn bầy cá kiếng chực dìm hải đăng.

THÁNG BA HE HÉ XUÂN

Dường như nắng ngượng bên đàng
Mùa Xuân tới trễ đời càng thảm hơn
Chim chuyền nhau tiếng bông lơn
Hót khua cái xác cô đơn chết người.

CÓ KỊP XUÂN EM

Trăm mùa Kotex rồi sao?
Giữa loay hoay giấc Xuân vào ngày mưa
Chòng chành mối lái đò đưa
Uổng bao trứng rụng mà chưa thấy người.

KIẾP THA PHƯƠNG

Mỗi ngày là một cuộc thi
Hôm nay còn rớt chết đi cho rồi
Mả cha cái kiếp Mỹ bồi
Muốn vươn lưng thẳng sợ lòi... màu da.

CHIM SẺ LẺ LOI

Chiều...
Con sẻ nhỏ
Lẻ loi
Tổ... trong thiếu ấm
Trời... ngoài thừa giông
Một mình bơi giữa mù không
Biết còn mấy sức vượt đồng phù vinh?

GIỌT NƯỚC MUỐI

Tự tay quệt lấy mắt mình
Sợ duyên ta mặn, sợ tình em cay
Thà đem ra biển cho vay
Cuối mùa giọt nước hóa mây muối đời.

CHUYỂN KIẾP

Mai về rỏ máu vào em
Để lưu hậu thế một niềm yêu thương
Trăm năm có mấy hoang đường
Hồn xưa phách mới khói sương luân hồi.

CHIỀU NGHIÊNG

Chiều nghiêng cố trút nỗi buồn
Phận mưa say xỉn lách luồn trong tôi
Biết người chót lưỡi đãi bôi
Cũng khư khư chén thề bồi đầu môi.

DỐC PHỐ

Cạn rồi dốc phố tôi xưa
Từng le lưỡi cóc khi đưa em về
Quân hành chai gót sơn khê
Dưng sa xuống giọt cà phê dốc người.

MƯA TUYẾT SÁNG NAY

Khi không mưa tuyết đổ dày
Cứ như thời tiết cũng bày đặt... sang
Hai đầu trái đất oang oang
Lời ân tiếng ái chảy tràn lòng nhau.

CÁI MỎ ĐÁNG YÊU

Đè đầu hôn đại mỏ em
Như vừa Xin lỗi vừa kèm Cám ơn
Giá mà cái mỏ bớt... trơn
Lòng ta đâu trượt giữa cơn em cười.

TÌNH GIÀ

"Ông nội" bỏ nhà đi hoang
Vấp phải "bà nội", tình tang Thị Mầu
Hai đàng nhắm mắt tưng nhau
Trống chầu cứ xổ... đờn bầu cứ... ngân.

TAM CƯƠNG NGŨ THƯỜNG

Từ ta gãy gánh Tam Cương
Miếng ăn xứ Mỹ, Ngũ Thường... thất kinh
Muốn về giặt lại đời mình
Sao con chim khách trên cành cứ kêu?

MỘNG HỒ

Đê mê sương khói họ Bồ
Nợ duyên tri ngộ giấc hồ liêu trai
Tay em bợt bạc trang đài
Thò qua định mệnh dỗ loài thú rông.

NGẪU HỨNG "MỘT CÕI ĐI VỀ"

Hết thời nghe Trịnh rủ rê
Lông bông "Một Cõi Đi Về" vô duyên
Trăm năm cánh gụ chữ điền
Giật mình... nhật nguyệt ai khiêng đi cùng?

NGẪU HỨNG "HẠ TRẮNG"

Cõng nắng đi đâu, vai gầy?
Làm ơn buông xuống, áo bay xấu đời.
Coi chừng họ Trịnh là lơi
Dựa hơi khạp rượu đè chơi... nắng người.

VỚI JUDAS

Một người bán đứng một người
Ba mươi nén bạc ngậm cười tiên tri
Một người hai cuộc sinh ly
Một người lầm lỡ một đi không về.

VỚI JESUS

Dang tay che kín cuộc Người
Vết đinh thập giá vì đời mà đau
Đất trời nhuộm mấy hồng cầu
Để bao dung đỏ quanh đầu vòng gai.

TRƯỚC GƯƠNG

Soi gương bắt gặp mặt mình
Hồn xưa bóng cũ càng nhìn càng đau
Cũng là cọng tóc miếng râu
Đời chưa kịp chán đã màu thu đông.

TRƯỚC TÀM XUÂN

Ngó bông nhe cánh ra cười
Nghe chim khoác lác toàn lời khoe Xuân
Rụng rời... Ta đứng chết trân
Giọt mưa trồng chuối trên phần mộ quen.

TRƯỚC CHÙA

Đôi khi bồ tát trong chùa
Cũng buồn mà xúm a dua làm càn
Nhổ vài ba gốc chưn nhang
Ngoáy tai Phật đúc cười vang... bóng thiền.

TRƯỚC CỜ HOA

Đừng như chó sủa ngoài đường
Lời Việt chửi Việt, quê hương tội gì?
Miếng cơm manh áo Hoa Kỳ
Đủ no đủ ấm vội khi dân mình.

TRƯỚC ĐỒNG HƯƠNG

Việt kiều xóa đói giảm nghèo
Đội ơn nước Mỹ, "On Sale" bán đầy
Chừng nào đổ bệnh hẳn hay
Cứ vênh cứ váo ta đây sang giàu.

GÁC MÕ

Thương con mẹ gởi lên chùa
Ăn mày cửa phật chắc mua được vàng
Mười năm gác mõ quy hàng
Mắt con bạc hạnh ngộ nàng hành kinh.

MỘ CÒNG

Thân em biển lắc sóng nhồi
Đến tan trong cả đời tôi mặn nồng
Chỉ thương mồ cát xương còng
Cơn mưa đánh đổ tấm lòng bao dung.

SẸO NGỰC

Ngựa về nhơi cỏ tàu xưa
Rưng rưng con mắt tranh mưa với trời
Vết thù lấm nửa ngực vơi
Nhắc đau thất trận té nơi vườn thề.

UỐNG GIỮA PHỐ MƯA

Giọt mưa nhẹ hơn mặt đường
Nên rơi xuống đậu phố phường buồn thiu
Hỡi ơi, có uống bao nhiêu
Mà cô độc giữa mưa chiều... Mất say.

MÂY MƯA

Thưa em, tình đã lên mâm
Mời nhau thượng tọa rồi cầm đũa ngay
Muốn mưa cũng đợi kéo mây
Đừng như miếng thịt giả cầy qua loa.

TRĂNG HĂM BA

Vầng trăng phù thủy lên trời
Nửa nghiêng mặt móm thắt cười hăm ba
Thẹn thùa che dốc người qua
Sợ xui, tay lái cứ tà tà... đeo.

BỒ CÂU VÀ THƠ

Bồ câu vừa ỉa vừa bay
Thứ phân tiêu chảy rớt đầy kính râm
Kính thưa bằng hữu gia cầm
Làm ơn đừng thả cứt nhầm thơ tôi.

BẠCH HẠC

Bước vô phòng tắm cởi truồng
Thấy con bạch hạc mà buồn mười giây
Ngày xưa oanh liệt trời mây
Giờ nằm ngái ngủ dưới cây đèn mù.

CHỢT MƯA THÁNG BẢY

Mới giăng mùa nắng hồng đào
Cơn giông tháng Bảy xộc vào chiều tôi
Đồ rằng chỉ ướt chỗ ngồi
Ai hay mất trắng miếng mồi câu... Em.

MIỆNG EM

Em cười lấn lướt cả trăng
Hàm răng trắc nết khi nằm trong tôi
Chuồn chuồn cắn rún là bơi
Sao qua không nổi bờ môi em mềm.

NÍN ĐI!

Làm ơn nín khóc, được không?
Đã bao muối xát vào lòng: mặn nhau
Từng chia trăm cuộc bể dâu
Anh ham chơi chút, em cào cấu chi.

NẮNG VỀ

Rằng xưa khi nắng bỏ đi
Tuyết tràn như... giặc, lá hy sinh... Cười
Rằng nay nắng trở lại trời
Mỗi bông hoa nở mấy lời giao hoan.

HÁT LÊN LỜI THƠ

Khi buồn, em hát thơ tôi
Câu thương câu nhớ đem bồi dưỡng nhau
Câu nào câu đớn câu đau
Cứ đem bỏ xó mai sau nhắc đời.

MỎ HỖN

Can gì, mưa nắng của trời
Chim giơ mỏ hỗn hót lời sân si
Chùa nào chuông chẳng từ bi
Sao em không học lại đi học... Người.

AO NHÀ VẪN HƠN

Ta về thả cá ao ta
Con lăn con lóc con tà tà... bơi
Một con ngửa bụng hết hơi
Ao nhà thì chật, ao người thì... dơ.

NÂU SẬM HOÀNG HÔN

Xẩm chiều nâu tận từ bi
Hoàng hôn đến thế lấy gì mà quên
Loay hoay trong mớ bồng bềnh
Sinh hư táy máy lòng mình dạ ai.

LỠ CÁN CHẾT CHÚ CHIM

Tưởng đùa, giỡn mặt còi xe
Con chim mắc chẹt còn le lưỡi... cười
Rùng mình, muốn khóc, chim ơi!
Cõi trời vốn rộng sao chơi cõi người?

LOANG LOÁNG BÓNG ĐỜI

Đương không khỏa sạch bóng đời
Để chiêm bao gặp thứ người gì đâu
Cuối đường gái gú lau nhau
Đầu đường khập khễnh vó câu ra... rìa.

VỚI M. ĐEN-MEXICO

Da đen đầu vú cũng đen
Mùa xuân củ Ấu mon men lõa lồ
Người trần mắt thịt,... Nam mô,
Ta say...
Gái Mexico... bật cười.

HAI CỰC THU XA

Bên kia nắng hãy còn xanh
Bên này mưa đã tập tành ướt khô
Lệch trời, ta máu giang hồ
Chỉ lo... méo đất, con bồ thở than.

NGŨ SẮC THU

Trận mưa đổ ầu xuống chiều
Mùa thu lấm láp những điêu ngoa màu
Lá vàng, bông trắng, đất nâu
Bài thơ tím tái tịnh câu xanh dờn.

ĂN TRONG MÁU

Hàng ngày hàng tháng hàng năm
Lòng ta ta biết những thầm lặng đau
Từ khi da thịt về nhau
Vui buồn em đã thuộc làu đời ta.

GIẤC MƠ DƯỚI CHÂN THÁP NHẠN

Nhạn hồng bay phía trời mưa
Để dành bên nắng thuyền trưa nay về
Lê dân hoan lạc đề huề
Chiêm Vương khóc Tháp tứ bề rêu phong.

UỐNG RƯỢU DƯỚI TRĂNG

Có trăng, có gái ra đường
Đổ cha chiếc bóng xuống thương yêu này
Lầm bầm cũng tại mình say
Không ôm hết nổi, bóng bay tung hoành...

MẠNH AI NẤY UỐNG

Ờ..., thì em uống Coca
Mình ta độc ẩm rượu pha với tình
Ơ hơ..., thiên hạ thất kinh
Em đơ cán cuốc, ta bình tỉnh... Ôm.

MÂY NGÀN GIÓ NÚI

Mây ngàn lơ lửng tuổi tên
Bài thơ gió núi đưa bềnh bồng, đưa
Thưa chiều, nắng đã về xưa
Chưa chơi kịp sáng, đời trưa mất rồi.

PHỐ CHIỀU MẮC BÃO

Tà tà hanh nắng hanh hao
Lâm thâm lối phố, chiều cau có... chiều
Xe qua cơn bão liêu xiêu
Thương người thẳng tắp ôm liều... đời ta.

VƯỢT BÃO

Lum khum cưỡi cỗ quan tài
Dùng dằng bão giật bên ngoài cửa xe
Lá xanh... rụng, đường... vắng hoe
Một mình, đất khách, cò kè nhớ quên?

ĐẦU CƠ GIÓ

Bão lên cấp mấy thì to?
Gió đi mấy dặm, lựa đo bước về?
Thổi giùm ít ngọn phủ phê
Mười năm biết kịp đề huề núi sông?

CHIM TA

Ở không... ngứa mỏ, hót chơi
Sáng nay chim chóc khơi khơi ra đường
Ta ôm cây viết vô thường
Rình rình thời thế bất tường, làm... thơ.

CON DIỀU

Tênh tênh đất nước thanh bình
Từng con diều giấy thả mình trên không
Tanh tanh thế giới tranh hùng
Từng bầy diều dữ lượn vòng tử thi.

NGUYỆT EM

Người dưng... Năm ngoái, cười khì
Em đau bụng máu can gì anh lo
Đêm rồi... khúc khích hẹn hò
Sao đau chỗ nọ mà vò chỗ kia?

UỐNG RƯỢU SƠN ĐÔNG

Rượu vang uống tím mặt người
Cơn say đằm thắm lả lơi dáng Kiều
Tỳ bà co thắt nam chiêu
Mày râu chết đứng vướng chiều Sơn Đông.

VŨNG KHÔ

Bơi qua không nổi câu thơ
Em chìm xuống đáy chết tờ chữ anh
Buồn chi thời tiết Sở Khanh
Biển xanh nhuộm phải trời xanh hại người.

THIÊN ĐƯỜNG GẦN

Thiên đường trên bệ cầu tiêu
Những phen đau bụng ỉa nhiều hơn ăn
Đê mê hậu cứ vô hằng
Thần tiên sướng đít cũng rằng: Trời ơi!

LỤC BÁT TỨ TUYỆT

Bốn câu lục bát dở hơi
Dài hơn ở kiếp ăn đời trường ca
Mới hay khi đã tài hoa
Một lai tứ tuyệt bằng ba lạng Kiều.

CHỚM ĐÔNG

Chớm Đông mưa tuyết kèm nhèm
Dong xe phố lạnh đâm thèm người dưng
Phải chi Xuân Hạ cầm chừng
Đôi ta ấu trĩ reo mừng hơi nhau.

MẶT TRÁI TẤM VISA

Con đường qua Mỹ cũng gần
Chỉ cần bội nghĩa, chỉ cần vong ơn
Nhà Thơ càng dễ dàng hơn
Biết vần, biết điệu, biết đơn đặt hàng.

THƠ SẦU ĐÔNG

Đông chưa? Tang tóc đời mây?
Mặt trời ngắc ngoải trên cây Soan già
Thơ run... núp váy đàn bà
Nhờ mùi phấn sáp cứ tà tà... hay.

BẢY SẮC CẦU VỒNG

Nắng còn ham hố yêu mưa
Giọt treo giọt trễ nên chưa cầu vồng
Vạn đò còn tiếc mặt sông
Khua chèo tán sắc hóa trong bảy màu.

HỎI THĂM SÀI GÒN CHIỀU

Sài Gòn đã kịp đêm chưa?
Mà hàng cao áp đã lưa thưa đèn
Mà... em, gái lạ hóa quen
Cười, duyên đến nỗi... leng keng phần mềm.

BÓNG XƯA ĐỘNG CŨ

Tìm làm chi, cũng ơ hờ?
Chiều xênh xang ngủ bên bờ tịch dương
Ngoảnh về cửa động mù sương
Bóng xa xa ảo hồ nương nhập nhòe...

NGỦ TRƯA

Ngáp dài đủ rách buổi trưa
Cặp mắt ngái ngủ ai vừa ban ơn
Lòng căng như sợi dây đờn
Em hồn nhiên khảy, ta chờn vờn ngân.

MIỀN QUÊN NHỚ

Phố đêm điện đuốc nhập nhằng
Đèn đường hiu hắt ngõ trăng lờ mờ
Óc say... nửa sáng nửa khờ
Rượu mời rượu phạt tự đờ đẫn quên.

MÙA LÁ RỤNG

Cũng đành rụng phứt cho rồi
Mùa thu có gượng cũng lôi thôi vàng
Buông tay vướng chút bẽ bàng
La cà chạm nắng lá đang lìa cành.

HOA CHÚC

Vú hồng nhuộm bởi son hồng
Khi môi em dạo trên lồng ngực ta
Có nghe nhịp bảy nhịp ba
Mùa tim trẩy hội đêm hoa chúc mình.

CHÀO ĐÔNG

Đêm nay mây ngủ ở đâu?
Lá khô bội ước rủ nhau lìa cành
Sáng mai giáp mặt cao xanh
Xin đừng câm lặng đừng hành hạ thêm.

HỒI HƯƠNG

Hồi hương làm khách cố hương
Cổng làng lạnh nhạt chào phường vong ân
Kinh qua hết cuộc phong thần
Tướng người sống sót ngó bần tiện hơn.

MÒN

Ta theo tờ lịch để mòn
Lịch còn thay mới, ta còn gì đâu?
Gật gà ngáy giấc công hầu
Chiêm bao vấp phải cỏ khâu trên gò.

TÌNH CẠN

Đã đời một trận yêu em
Phủ phê da thịt lại kèm ruột gan
Em đi khói lạnh nhang tàn
Hết tuồng, hàng mã hóa vàng buồn tênh.

LẬN ĐẬN

Trăm năm đành đoạn không nhau
Thiên thu có chắc ấp đầu gối tay?
Thệ nguyền cũng chỉ cầu may
Kiếp sau cơ hội, kiếp này đầu tư.

TRÊN ĐƯỜNG XUÂN QUA

Hàng cây ăn nắng hóa xanh
Chim di lại hót lộng cành hồi xuân
Ngã tư nóng lạnh lừng khừng
Ngậm ngùi đông cũ lẫy lừng áo khăn...

LỠ XUÂN

Ta về... ghé xuống sân ga
Liệu em có dám bỏ nhà theo không?
Hay là vú cháu vú chồng
Mấy thương cũng chịu dẫu lòng rách bươm.

VÔ DUYÊN

Mắc gì thương vợ người ta
Làm như vay mượn thịt da kiếp nào
Lạy trời bơn bớt chiêm bao
Kẻo trăm giấc ngủ giấc nào cũng... tanh.

XIN CHÀO...

Người đi... Ta hóa cơn giông
Mùa này chưa nắng biết lòng có khô?
Ừ, thôi! Cũng chỉ giấc hồ
Bụm con mắt cũ khóc mồ mới toanh.

CHIỀU SÔNG RAY

Chiều sông Ray...
Gió sông Ray...
Bên kia nhân thế, bên này cõi ta
Sang ngang bỏ lại rừng già
Như con Rái Cá nhớ nhà vượt sông...
(Trại Bàu Lâm, Đồng Nai)

CHIỀU SÔNG BA

Qua sông Ba, chiều, mưa sa
Nửa trên nửa dưới thịt da tím bầm
Sợ rừng kiệt quệ lâm thâm
Bơi qua không kịp, chạy nhầm đông tây...
(Trại A., Phú Yên)

CHIỀU SÔNG TIỀN

Rùng mình... Bìm bịp kêu chiều
Một thân trơ trụi quạnh hiu sông Tiền
Nổi trôi rìu rác giang điền
Bên kia... đồng lác phước duyên có chờ?
(Trại Bà Bèo, Tiền Giang)

PHIÊN BẢN CHÂN DUNG

Đi qua hoàng đạo em rồi
Ta về gương vỡ săm soi mặt mình
Ơ hơ, phiên bản chung tình
Cứ như mạng lưới đa hình Nhện giăng.

GÁNH CỦA MẸ

Mẹ già oằn mảnh lưng cong
Trời sầm vội gánh núi sông vô nhà
Sợ mưa ướt mất sơn hà
Máu xương con cháu lại nhòa đất đai.

LÉN DÒM

Lâu lâu rình gái tắm truồng
Thử coi dũng khí có còn như xưa
Đời buồn quá buổi chợ trưa
Ruồi bu kiến đậu hết lừa được nhau.

CON... NGƯỜI

Rủ nhau đội lốt con người
Ngon lành ta cũng biết cười khi đau
Học đòi chi lũ bọ sâu
Giả đò thương tiếc ngọn rau cuống cà.

THẦM LẶNG DIỀU BAY

Mười năm Dó cũng hóa Trầm
Trăm năm tên tuổi cứ thầm lặng tiêu
Cuộc Người lăng nhách như Diều
Gió ít thì rớt, gió nhiều thì băng.

VÁN CỜ TÀN

Gióng chi hồi trống thu quân
Để bầy sĩ tốt nửa chừng buông tay
Xứ người đất khách, cũng may
Đầu xuân quảy lộc ăn mày cuối đông.

GIỚI NGHIÊM

Bước qua mùa giới nghiêm em
Bỗng chiều trắc ẩn, chợt đêm rối bời
Đôi môi khóc - Cặp mắt cười
Người dưng khách lạ dám mời mọc sao?

KINH THÁNH BUỒN

Ta từ Tân Ước xông pha
Em trong Cựu Ước ngó ra... não nùng
Địa đàng từ thuở khốn cùng
Lời vàng tiếng ngọc thủy chung mấy người?

NGƯỜI CŨ VỚI NHAU

Chia em một nửa đời buồn
Nhận em một nửa ngọn nguồn thương đau
Can gì hẹn tận kiếp sau
Vài ba năm nữa bạc đầu, mất Duyên.

MƯỜI LĂM NĂM... VỊNH KIỀU

Mười lăm năm có là chi
So dây nắn phím giữ tỳ bà ngân
Cườm tay đã mỏi phong trần
Chào người hút bóng khuất dần phía xưa.

CỌP XIẾC

Bỏ rừng về ở tri âm
Ta như cọp xiếc ngoan nằm bên em
Buồn buồn hé mắt ra xem
Thấy đời vấy bụi lại thèm thịt tươi.

AEROBIC...

Aerobic, em về
Phía anh lồng lộng bốn bề xôn xao
Đương không đổ sập vào nhau
Van nhau nới bớt kẻo nhàu đời nhau...

NỤ HOA THU

Hoa em nở phải mùa ta
Hương xưa sắc cũ bay ra mịt mờ
Mười năm lòng đất dật dờ
Khóc, mưa môi ướt vỡ bờ ngực em...

MƯA VÀ EM...

Bên ngoài mưa gõ cửa xe
Bên trong nhịp mõ He He, em cười
Kính thưa cha đất mẹ trời
Dứt mưa sớm sớm cho người buông nhau...

ĐẬU TÌNH LÊN LƯNG

Môi nào như gió thổi qua
ngôi đền váng nhện bảy ma ba thần
Đậu chi lưng tượng phong trần
Để vô thường cát bụi cần phục sinh...

TỊNH DI

Lặng thầm em, xê dịch... chiều
Mưa từ viễn xứ lạnh thiều quang đây
Vòng tay xin lỗi ngàn mây
Em bay lơ lửng, em say chữ chàng.

GÓC LIÊU TRAI EM...

Cô đơn thì về với em
Trăng không trăng có cũng đêm của mình
Đâu duyên? Đâu nợ? Đâu tình?
Lửa chiêm bao thắp đỏ hình hài nhau...

ĐÊM MÃN NGUYỆT

Ta đậu lên em: Em tròn
Vầng trăng mãn nguyệt chỉ mòn sơ sơ
Đò qua miền khuyết ru mờ
Đêm nay vằng vặc đôi bờ sông reo...

NEO...

Trăng neo giữa bến sông Rằm
Ta neo ta giữa chỗ nằm em chia
Mặc đời miệng lưỡi nọ kia
Trăng và ta cứ càng khuya càng đầy...

SÔNG NƯỚC

Đón đưa con nước thượng nguồn
Con sông cũ rích khi buồn khi vui
Nước ra ngoài biển nước vùi
Lòng sông lắng gạn ngậm ngùi phù sa...

THƯỜNG TRÚ

Em đừng nguẩy nguậy lắc đầu
Khi đòi thường trú trong bài thơ ta
Nửa quê nửa tỉnh thiệt thà
Môi còn tươm tất đã... cà lăm... run.

"MÌNH ƠI!", HOANG DẠI...

Rùng mình, hồn nhập xác ai
"Mình ơiiiii...!", em gọi, liêu trai thiệt rồi
Mùa lá rụng sạch thì thôi
Nghe em gọi thế: Đau... hồi sinh, đau.

MƯỜI NĂM VÀ MỘT NỬA...

Bỏ không cả nửa phía giường
Mười năm... lạnh lẽo đến nhường thế kia?
Yêu người mấy cộng mấy chia
Lửa hương chăn gối sớm khuya, ớ Người!

Ờ, THÌ...

Ờ, thì... chuếnh choáng cơn say
Ờ, thì... em đã khóc đầy chiêm bao
Ờ, thì... bẻ khóa động đào
Ờ, thì... hồ tử lẻn vào hái hoa...

CẢM TÁC VỚI PHẠM THIÊN THƯ

"Lên non tìm động hoa vàng"
Đào chôn xác bướm giữa đàn xuân tiên
Chày kình - mộng hoặc - cô miên
Về ư? ai ngán Phạm Thiên Thư... cười.

ĐƯỜNG VỀ

Mơ chi "áo gấm về làng"
Chỉ trông đò chửa sang ngang: Người còn
Thưa em, lối cũ vết mòn
Can chi đường lạ rãi toàn... chông gai.

TRÚ ĐÔNG

Chiều..., áp thấp phải không, em?
Cơn mưa nhiệt đới chắc nhem nhuốc chiều
Mùa đông đất khách cô liêu
Đợi em sơ sẩy đánh liều trú đông...

GIỮ NẮNG

Có ngang qua xóm nắng hanh
Làm ơn vớt vát cho anh chút chiều
Bóng em dù đổ liêu xiêu
Cũng còn hơi ấm sưởi hiu quạnh này...

NGƯỢC XUÔI

Em về tất tả ngựa xe
Ta nghe tơ tóc chua lè... phát thương
Tháng này một nắng hai sương
Một vai hai gánh trăm phương ngàn bề...

TÂM BÃO

Em về ống thấp ống cao
Đôi chân tội nghiệp lê vào cõi ngây
Đâu hay ở giữa vòng tay
Cả trung tâm bão chực xay xát đời...

VIỆT KIỀU VÀ MẮM

Ta còn cả miệng cà phê
Mà môi em đã ê hề... mắm nêm
Thư tình cũng phải... dán tem
Ta đằng em, dán, bớt thèm hương quê.

HỒI HỘP

Mưa chiều ướt tận nửa đêm
Anh về quấy nhiễu đời em mất rồi
Nồng nàn đậu kín cặp môi
Lửa hương ân ái bắt hồi hộp nhau...

QUÊ MÙA EM KHÓC

Tới cười nghe cũng quê mùa
Huống chi em khóc như đùa oan khiên
Giá đừng đổ nợ vào duyên
Ta đâu chết siếng trong miền lệ sa.

TRONG EM

Mặt trời còn chửa dám xem
Sao anh nỡ dụ mở em ra nhìn
Trong em có nhục có vinh
Bảo đao, rượu độc, tử hình mà... vui.

TIẾNG ĐÊM

Cầm bằng cốc rượu đánh rơi
Tiếng pha lê vỡ - Tiếng cười Mỵ Nương
Tiếng đò xẻ rách mặt sương
Tiếng rên lỗ sáo? Mặt Trương Chi... dày!

NGŨ HUYỀN CẦM

Miệng trơn mình mẩy cũng trơn
Cổ kim tri ngộ như đờn năm dây
Tơ đồng tức tưởi đông tây
Buông ra thì chết, ôm hoài thì... hư.

DÍNH

Đừng để thơ dính vào em
Bởi thơ rất ác: tuy mềm mà đau
Đừng để da thịt gần nhau
Bởi đêm dán dính em vào thơ ta.

NIẾT BÀN CỦA ANH

Em vào niết bàn của tôi
Ngồi chưa nóng đít đã đòi bỏ đi
Tham dứt..., Sân dứt..., còn... Si
Dẫu không Ngũ giới, cũng vì em..., Tu.

THẬP GIÁ CỦA ANH

Hồn nhiên em? - Anh cướp rồi!
Chỉ còn đau đớn trên đồi Gô Tha
Thôi đành chết bảy chìm ba
Treo lên thập giá Judas gánh về...

VƯỚNG THƠ

Thơ ta mắc mớ gì em
Mà vào lục lọi rồi... nằm vạ luôn
Đời có suông? Tình mấy suông?
Đương không gieo rắc hạt buồn vào nhau.

GỌI (1)

Buồn buồn Nhỏ gọi thẳng tên
Tim ta mềm nhũn bồng bềnh hóa mây
Ngọt ngào lẫn với đắng cay
Y như rượu nếp: Chưa say đã nồng.

GỌI (2)

Hỗn hào Nhỏ gọi: (ta) ơi!
Lôi ta về lại khoảnh trời giêng hai
Ta đang buồn sáng phương Đoài
Cám ơn Đông độ chiều dài tiếng em.

ĐỔI Ý

Chiều. Trời đổi ý: Thôi mưa
Bầy chim đổi ý: Thôi lừa mùa sau
Em cười. Đổi ý: Gật đầu
Dụ ta đổi ý: Lắc đầu...
Bó tay.

NGUYÊN TIÊU DẠ KHÚC

Xùng xình gấm lụa Nguyên Tiêu
Trăng về Bắc Mỹ... nguyệt kiều bên ta
Dù gì cũng lỡ phù hoa
Trăng - Thơ gắng gượng kiêu sa với đời...

RU TRĂNG

Trăng bỏ xứ? Trăng qua đây?
Chín lu một tỏ: trăng Tây: Nguyệt kiều
Tháng Giêng chi? Tủi Nguyên Tiêu
Chỉ còn một gã Việt kiều ru trăng...

TRỜI ƠI, TRĂNG ĐÃ... NGUYỆT KIỀU

Trời ơi, trăng đã... nguyệt kiều
Vàng son chi nữa Nguyên Tiêu xứ người
Co ro nhúm lửa bên trời
Thắp leo heo gió hỏi đời cụt chưa...

TRĂNG TRƯNG VƯƠNG

Vầng trăng trên tóc Trưng Vương
Rơi theo vận nước đêm trường Hát Giang
Khăn vàng nhuộm sóng đến vàng
Bờ lau bãi lách tiễn hoàng nương đi...

TRĂNG MỴ CHÂU

Con đường rộng - bóng trăng vàng
Đuổi bao nhiêu dặm trăng càng bấy xa
Chỉ còn theo vết hồn hoa
Trăng xưa đánh dấu quan hà cố nhân...

TRĂNG MẬT

Trăng vàng mà mật cũng vàng
Một đêm tri ngộ ân ngàn năm sau
Hương trời lửa đất chiêm bao
Con ong cái bướm lọt vào liêu trai...

NÀNG CUỘI

Được thời nam nữ bình quyền
Em thành Nàng Cuội trên huyền thoại trăng
Cây đa, Quán Dốc, chị Hằng
Kiệu anh qua khuất, võng nàng... nhấp nhô.

BƯỚC XUÂN DU

Biển xô chi đất chồng chềnh
Để đường say sóng bồng bềnh ngược xuôi
Mùa này mưa nắng ui ui
Nỗi buồn xuống gốc, niềm vui lên cành....

THỊ NGẠN

Qua sông, ngó lại mặt sông
Ô hay, gợn sóng vẫn chòng chành đưa
Qua đời, ngó lại khoảnh trưa
Ô hay, chiếc bóng vẫn chưa đủ tròn!

HỒN CHỮ

Một bầy con chữ co ro
Mùa đông hết dám khoe to khoe dài
Trông ai nhín chút trang đài
Thắp cho chút nắng để bài thơ reo.

HAI MẶT HÀNH TINH

Buổi sáng giỡn mặt người yêu
Em cười, xấu hổ, hương chiều rồi anh
Ừ, thì gởi gió biển tanh
Coi như hậu cứ dỗ dành tiền phương.

NHỚ NHÀ QUÊ

Trâu bò còn biết nhớ chuồng
Em đừng nhắc nhở ta buồn làm chi
Một đời trăm hận thiên di
Trăm năm một gã cu li nhớ nhà.

HƯƠNG XUÂN

Thổi vòng khói thuốc lên cao
Chờn vờn luân vũ múa vào liên hoan
Uống đi, chén mất chén còn
Rượu phạt rượu thưởng đều bòn rút... Đau.

CHIỀU TĨNH

Đã chiều rồi, khóc kịp không?
Thôi... gieo sấm chớp vào lòng nhau chi
Đôi ta tình mỏng từ bi
Giọt thương giọt nhớ phân bì với ai?

CHIỀU ĐỘNG

Em về... Chiều trở thơm tho
Chia da sẻ thịt hẹn hò chung vui
Ít nhiều cay đắng ngọt bùi
Trăm năm bạc phước tịnh mùi liêu trai...

HƯƠNG CHÌM

Sóng không, sông cũng trùng trình
Nặng mùi da thịt nữ sinh lên đò
Chợt nghe lòng rất học trò
Vờ như ngái ngủ, lò mò ngữi... em.

NGUYÊN HƯƠNG

Cái mùi rất khó đặt tên
Để thành Con Gái, để nên Đàn Bà
Cứ thử làm chồng làm cha
Tóc tơ thê tử vốn là... nguyên hương.

DƯỜNG NHƯ... XUÂN

Dường nghe chim hót phố màu
Dường vui nắng hội trên bầu ngực em
Dường rơi xuân muộn bậc thềm
Dường căng nhựa sống
Dường thèm... hơi tay.

XANH HÓA TÌNH NHAU

Nắng thừa quang hợp tháng Giêng
Đòi chi diệp lục tố miền không nhau?
Để tàn chiều, lá... xanh xao
Mắt Xuân dài dại đuối vào Thu xưa...

SÀ...

Sương sà xuống phố, phố lòa
Tình sà xuống mắt, mắt nhòa bụi mưa
Em sà xuống mộng ta, trưa
Giục chim Đông Các sà bừa thu, em...

MÙA ĐÔNG LY BIỆT

Tuyết rơi để phố hứng đông
Người rơi ta xót mà không hứng về
Ngậm ngùi món nợ phu thê
Xuôi tay có chắc sạch bề oan khiên?

CHIỀU ĐÔNG

Hàng cây tuột lá khoe cành
Dún mình bụi tuyết thập thành khỏa thân
Chiều ngồi hơ nỗi di dân
Hương tàn khói lạnh mắt rân rấn nhòe…

LỤC BÁT HỜI RU

Xưa từng khóc quấy trên nôi
Mẹ ru câu lục mây trôi đầy nhà
Biết mai thiêm thiếp tuổi già
Ai hời câu bát dìu ta lên trời?

NỬA

Sa chân sẩy nửa chuyến Người
Về còn chỉ nửa nụ cười héo queo
Nửa kia dở chết nửa đèo
Giữa đêm súc vật hò reo tiếng người.

NẮNG ĐÔNG

Môi người thắp nắng hà hơi
Mùa đông đơn sắc giọng cười đa âm
Nghìn trùng xông nụ hôn trầm
Thơm thơm âm ấm đủ cầm giữ nhau...

CON CHÍ

Đời dài quá sợi tóc em
Ta như con chí, hom hem dò đường
Chia ngôi rẽ thẳng song phương
Sao ta cứ lệch dặm trường lưng em.

CON GẤU

Ngựa xe viễn xứ ba đào
Ta như con gấu, ngự vào giấc đông
Mặc tình thế sự sắc không
Chiêm bao ta cứ vườn hồng hương xuân.

CON CÚI

Xứ người băng tuyết căm căm
Ta như con cúi, lửa nằm bên trong
Cọng rơm đượm khói tro nồng
Mời em chu mỏ thổi hồng đời ta.

CON NÍT

Trời mênh mông, đất lạc loài
Ta như con nít, khóc đòi vú da
Mẹ thương, mẹ cũng đã già
Em thương, em của người ta mất rồi.

CHE

Em về lấy cũ che xưa
Lấy lưng che nắng, lấy mưa che chiều
Lấy tình che khoảnh quạnh hiu
Lấy cười che bớt nỗi điêu toa đời.

VỌNG SÔNG

Mời em đội sớ xuống sông
Ướt bao thì ướt rước vong ta về
Sá gì chìm nổi trăm bề
Tiếng em bát nhã tràn trề uyên nguyên...

TRÔI SÔNG

Sông Người, ta vẫn lục bình
Sóng xô chỉ đủ trùng trình chút thôi
Ví dầu thủy táng hóa vôi
Ta neo hài cốt nguyện trôi quanh Người...

THUYỀN VÀ SÔNG

Sông chia lắm nhánh lụy thuyền
Ta đi tứ chiếng gây phiền toái em
Đương xuân trót trét kiêng khem
Thuyền chưa ra biển nát mem cánh buồm...

MƯỜI SÁU: TRĂNG VÀ EM

Trăng lên mười sáu trăng tròn
Sao em mười sáu cứ còn oval
Trăng rồi khuyết tật thuyền nan
Em rồi ngọc nát hương tan vô hình.

TRƯỚC MẶT

Tôi đi về phía mặt trời
Mặt trời vụt tắt, tôi ơi, tan tành
Tôi đi về phía trời xanh
Trời xanh chợt vỡ, tôi đành mất tôi.

TRĂNG CHIỀU BẾN SÔNG

Trời chiều ngã giá khuyết trăng
Váng sông ngũ sắc chén dâng mỏng dày
Đêm này nguyệt thực chung say
E mai nhật thực ăn mày đơn phương.

ĐÔI MÔI

Nhâm nhi đặc sản của trời
Đôi môi con gái khơi khơi giết người
Đê mê em nhếch môi cười
Ngọt mềm giọt mật ơn đời, vỡ tim.

CHIA TAY SAIGON

Đêm nay đêm cuối Saigon
Bóng mưa hạ nguyệt cũng còn trói chân
Mai về cố thị chung thân
Mắt ai biết nói: Nhớ ngần ấy thôi!

CHIỀU HÔM NAY

Ê, Chiều! Đừng núp váy người
Mau ra vắt nắng để mời hoàng hôn
Kịp giờ song hỷ lâm môn
Núi sông xóa nợ, má hồng gán duyên.

HÓA ĐÁ

Tôi từ thế kỷ hôm qua
Em từ cổ tích kiêu sa đi về
Chia đôi chén rượu ăn thề
Khu vườn hóa đá u mê hai đời.

LƯU DẤU

Dấu nào để lại nhân gian?
Dấu nào để lại được ngàn năm sau?
Dấu nào để lại cô lâu?
Dấu nào để lại phong hầu mộ bia?

TÌM NGƯỜI

Chợ đông con gái đạo Hồi
Trùm khăn che mạng để tôi khó tìm
Tình ta yêu vụng nửa đêm
Còn chăng? Da trắng tóc mềm lưu hương.

GIEN THƠ

Thơ tôi bị đột biến gien
Từ đêm không trống không kèn người đi
Bỏ tôi bén rễ cội si
Ôm manh tình rách vu quy xứ người.

LẶNG LẼ TUYẾT

Tuyết rơi. Lặng lẽ. Tuyết rơi.
Rượu tràn. Lặng lẽ. Chơi vơi. Rượu tràn.
Yêu thương. Lặng lẽ. Đoạn tràng.
Hương xưa. Lặng lẽ. Ôm ngàn trùng... Cay.

TỰA VÀO

Chiều rồi về tựa trang thơ
Móng long bờm rũ ơ hờ tang thương
Đâu là sắc đâu là hương
Hoàng hôn năm ấy lỡ vương vãi đời....

CHIỀU LÊN

Hoàng hôn lên lá, lá vàng
Hoàng hôn lên tóc, tóc ngàn mây bay
Em chiều từ độ lung lay
Ta chiều từ độ em bày đặt... thương.

CHIỀU XUỐNG

Hoàng hôn vẫn lấm láp chiều
Đời ta vẫn lấm láp nhiều son môi
Giá người mở mắt chút thôi
Nắng đâu loang lổ đồi mồi chiều nhau.

HÓNG...

Bên kia sông núi ngàn trùng
Bên này hào khí chập chùng hoang mang
Sóng hung vỗ biển điêu tàn
Trời thôi xanh buổi ta vàng hóa thau...

MƯA GIÔNG

Khi mưa bội bạc bỏ trời
Là mưa thầm lặng ướt người cố hương
Tóc huyền đêm hạ nhuốm sương
Giọt treo giọt trễ biết thương sợi nào?

MƯA VÀ EM

Trời mưa khoan vội than buồn
Trời mưa em cứ cởi truồng tắm mưa
Biết đâu về lại ngày xưa
Biết đâu sống lại thời chưa... muốn chồng.

MƯA TRÁI MÙA

Phật hư đừng đổ tại chùa
Như đương tháng Sáu trái mùa sinh mưa
Em đào chi lại vườn xưa
Đất chưa thấm ướt, hỏi mưa tội gì?

TƯỢNG GỖ

Khói nhang bá tánh đâm nhờn
Xin em đừng gắng sơn son thếp vàng
Cốt khô, gỗ mục, thân tàn
Thần linh hóa củi, bếp Hoàng Lương sôi...

NHẠT THẾCH.

Biển giờ nhạt thếch bởi mưa
Ta giờ nhạt thếch bởi thừa ruột gan
Em giờ nhạt thếch bởi... ngoan
Đời giờ nhạt thếch bởi vàng giống thau...

TUYẾT NGUYỆT

Hắt hủi vầng trăng chi em?
Để mùa mãn nguyệt trắng đêm thương hồ
Ta còn đây tuyết cổ đô
Trắng trời mông quạnh bước thồ lâm ly...

TIẾNG CHIỀU

Tiếng chim chật cứng cả chiều
Lấn xô tiếng sóng thiếu điều vô âm
Ta ngồi ghế đá giả câm
Rình nghe tiếng vạc xuống nhầm công viên...

LẶNG LẼ XÊ DỊCH

Phù du hồ điệp liêu trai
Cớ chi nằm vạ trên bài thơ ta
Nhớ thương phải tội xa hoa
Mời em thức dậy đêm ngà ngọc... quên.

TÁI NGỘ

Gặp chi giữa cõi vô trần
Sắc hương cổ tích thoắt gần thoắt xa
Em, mùa xưa của người ta
Chừ về e giọt mật hoa đắng lòng.

"... KỶ NHÂN HỒI"

"Bồ đào", "Mã thượng"... xuân thì
Mai sau tương ngộ còn gì cho nhau
Biển xanh khóc sóng bạc đầu
Tóc đây môi đó khóc màu thời gian.

MƯA VỤNG

Mưa chiều xuống phố vụng về
Ướt đâu không ướt ướt lề em qua
Lâm râm đủ khổ đời hoa
Giọt duyên báo hại lấm tà áo sương.

VÀO CUỘC

Cha tôi bỏ Bắc vào Nam
Bỏ vườn lên núi để làm chinh phu
Bốn mùa chinh phụ toàn thu
Mẹ tôi ấm ức nằm ru đời mình.

LẶNG

Vườn xưa trăng cũ đâu rồi
Gã từ quan ấy về ngồi lặng câm
Mười năm hưng phế phù trầm
Tiếng hư vô rỗng, vỹ âm tịt ngòi...

NÍU

Gió lên em níu cánh diều
Hay em đang níu buổi chiều của ta?
Chiều ta giục nắng quan hà
Trườn qua hữu ngạn về nhà... hồi dương.

CẦM CHỪNG

Mưa cầm chừng, nắng cầm chừng
Mới khô đã ướt, mới mừng đã lo
Ta cầm chừng đến, thập thò
Em cầm chừng nhớ, đắn đo khóc cười.

XÉ LỊCH

Giờ thì ta rót nửa năm
vào cho đầy một kiếp lầm lỡ đi
Nghe từng tờ lịch tương tri
sáng nay nức nở, hỏng thi trường đời.

CÕNG CHIỀU

Đành lòng lở dỡ câu thề
Xắn quần, tất bật em về chân phương
Lạy trời, chóng vánh cải lương
Kịp em cõng nắng tà dương thắp... mình.

TIẾC

Có khi bán nửa cuộc đời
Cũng không mua nổi nụ cười mím chi
Có khi bán cả xuân thì
Cũng trả không hết nợ tri âm người...

BUÔNG XUÔI

Thôi đành nhắm mắt làm liều
Thử coi cái kiếp Việt kiều ra sao
Mạ vàng dẫu ruột đặc thau
Đội ơn xứ khách rất giàu lòng nhân.

VIỄN XỨ

Từ em đỏ mắt chân trời
Tiễn người một chuyến mãn đời vô cương
Hề, ta bá tánh thập phương
Cuối đầu khuất nhục dặm trường Thục quyên...

SÓNG SÁNH

Hoàng hôn vừa sóng sánh chiều
Ta chờ sóng sánh môi Kiều hé ra
Ơ hay..., từng thắm chu sa
Mười lăm năm vội nhạt nhòa thế ư?

LỄ CHÙA

Lên chùa thưa Tất Đạt Đa
Vô Thường Không Sắc chỉ là đùa thôi
Trang kinh vô tự cháy rồi
Tiếng chuông đồng nát đãi bôi chín chiều...

CHÙA NÀO PHẬT NẤY

Phật nghèo cam phận chùa hoang
Hỏi thông thênh gió áo vàng ta đâu
Gió rằng: Tu chậm hành lâu
Đành đem tiểu Sắc nhuộm màu đại Không.

HOA VEN SÔNG

Bên sông có gái mời chào
Hoa mai em bán, hoa đào em cho
Đời ta cục mịch trâu bò
Nhìn hoa ra cỏ giả đò khen chê...

THỨC ĐÊM

Nhắm con mắt đực ngủ quên
Mở con mắt cái buồn tênh một mình
Nửa đêm mưa gõ vô tình
Tiếng loong toong động cõi bình yên xưa.

ĐẤT

Hoa em chờ thụ phấn người
Một trời hai đất khó mời mọc nhau
Lặng thầm giọt nước mắt nhàu
Sớm hôm lã chã nhuộm màu đất thương.

NƯỚC

Lòng em hóa biển ra mây
Mây xô mưa xuống ướt đầy mùa ta
Trăm dòng xuôi ngược phù sa
Thương nhau chắt lọc tình qua sông hồ.

LỬA

Hồn nhiên cặp mắt cung đình
Em gây hỏa hoạn vô tình người dưng
Vô tư tiếng "Dạ" đỏ bừng
Em nhen chi ác lửa rừng rực thiêu.

GIÓ

Nồng nàn gió đó về đây
Em gieo hương sắc đông tây trùng trùng
Mùa nam gió bấc tương phùng
Tình ơi, gió lạc vô cùng phải không?

CHUYỆN MƯỜI NĂM

Mười năm đổ bến trung đô
Mười năm gác mái thương hồ ngã lưng
Mười năm tỉnh mộng phế hưng
Mười năm neo cuộc tầm xuân cho người.

THẢ DIỀU

Thả diều thả hết dây diều
Thử coi níu được buổi chiều đến đâu?
Có gió thì gió thoảng mau
Đừng gây nên bão xé đầu diều băng.

MƯỜI NĂM CHÉN RƯỢU

Hôm qua, một gã đi đời
Mười năm bạn nhậu nghỉ chơi tưng bừng
Thương ta, rượu uống cầm chừng
Mười năm chịu chết dửng dưng lâm sàng...

CHĂN CHỮ

Chăn bò phải giắt mo cơm
Ta đi chăn Chữ phải ôm theo... Đời
Đồng Thơ, Gái mọc đầy trời
Chữ ăn hết Gái, còn Đời ăn... Ta.

MÙA BẺ SÚNG

Cuộc cờ nội chiến tan sòng
Thương viên đạn chết giữa nòng súng tươi
Người đi khóc, kẻ đến cười
Sử bi chạm vết sẹo đời đệ huynh.

HOÀI CẢM

Ngày em tóc xổ giếng đầy
Ta còn mớ ngủ trên cây bông gòn
Em giờ tóc đã suối mòn
Ta về lặng lẽ múc bòn rút em.

TRƯỜN

Mưa xiêu trườn xuống phố mù
Xe nghiêng trườn giữa ao tù tà huy
Ta cười trườn khắp cổ thi
Em say trườn tận lưu ly ta rồi.

CHIA TRĂNG

Nửa mùa bán nguyệt sáng nay
Bên kia nửa héo, bên này nửa tươi
Dỗ dành nhau cuộc khóc cười
Chia trăng sòng phẳng, chia đời bất phân.

CHIÊM BAO

Đêm nay mở một chiêm bao
Mời người cổ độ cùng vào chung vui
Em bày mắt ngọt môi bùi
Nhìn nhau thịnh soạn, ngậm ngùi, ơ hay?

TRĂNG MUỘN

Mặt trời ngủ với mặt trăng
Hăm mốt âm lịch, sương giăng phố mù
Gối đầu nuôi mộng phù du
Trên tay nguyệt tận ai ru trăng tàn?

VÁ LẠI CA DAO

Ta ngồi vá lại ca dao
Cho lành lặn tiếng ngọt ngào mẹ ru
No đầy tay võng hạ thu
Lời con cu mái gáy gù thơ ta.

HƯƠNG EM

Trăm năm đâu dễ bể dâu
Tri âm đâu dễ bỏ nhau dọc đường
Thịt da đâu dễ vô thường
Muốn về, theo dấu cổ hương mà về.

TRĂNG NỢ

Trăng mua chỉ nửa bầu trời
Mà trăng trả góp một đời chưa xong
Ngàn năm vạn độ hóa nong
Là bao túng bấn khuyết cong nợ nần...

ÂM BẢN LỖI

Lỗi từ âm bản lỗi ra
Chân dung ta trót bảy ma ba người
Thay vai từng tấn trò đời
Buồn vui cũng chỉ nụ cười diễn viên.

MÙA DẾ

Bao giờ thơm khói đốt đồng
Ta về lật đất cuốc vồng mùa dưa
Lòng chùng như dế gáy trưa
Nắng ham tứ xứ, quên mưa rập rình.

ĐÒ TRÊN SÔNG

Chèo khua, sóng cuống phải lòng
Con đò ve vãn con sông, mỗi chiều
Nói yêu nhất định là yêu
Đâu như con nước thuỷ triều xuống lên...

SANG NGANG

Đò ngang một chuyến mù tăm
Là ngàn thu tạ, là trăm năm tàn
Ví dầu nhơn ngãi đá vàng
Tri âm một kiếp, hồng nhan một mùa.

ĐỜI LÁ

Ta như lá ngửa lên trời
Hứng mưa hứng nắng nuôi đời cây xanh
Một mai lá rụng lìa cành
Cũng xin nhập thổ chờ xanh luân hồi.

BÈO MÂY

Người về đã cũ từ khuya
Trăm năm nợ mới biết chia mấy phần
Sợ cơn mây Tấn mưa Tần
Trống chiêng đình đám lại bâng khuâng buồn.

MẮT BIẾC

Xưa người mắt rất Điêu Thuyền
Xui muôn binh mã loạn miền trường chinh
Bây giờ tiền hậu mãn kinh
Cũng đôi mắt ấy, giật mình: Quan Âm.

CHÀO MÀO ĐÃ HÓT

Thình lình nghe tiếng Chào mào
trên cây Bắc Mỹ, nghẹn ngào nhớ xưa
Cái ngày thị xã lút mưa
Con chim sập bẫy mà chưa hót gì.

BIỂN RÁCH

Từ từ hẵn vỗ, sóng ơi!
Kẻo biển rách mất, kẻo trời tiếc mưa
Kẻo mùa xe cát đã xưa
Vẫn còn mang tiếng dây dưa Dã tràng...

QUYÊN HÓT

Tình hình bên bển ra sao
Mà chim quyên hót rêu rao bên này
Thương bậu, ta uống cực say
Thấy trong đáy rượu đôi mày bậu chau.

TRỐN QUÊ

Lộc cộc... Cộ bò chở sương
Trăng còn ngáp vặt bên đường cái quan
Gánh xôi, mẹ chửa mở hàng
Con xin giã biệt kẻo làng xóm hay.

BUỔI CHIỀU SỬ QUÂN TỬ

Sử Quân Tử mở mắt chiều
Bầy sâu du mục đủ liều lượng say
Nắng chìm, gió nổi, hương bay
Hoàng hôn ngủ nướng, trở tay... tối mò.

BIỂN RỪNG

Lên rừng thì sợ rừng thưa
Che không kín hết trận mưa bảy màu
Xuống biển lại sợ biển sâu
Làm sao níu sóng vỗ nhàu trùng dương.

PHỐ HAI ĐẦU NÚI BIỂN

Ta về ngược bóng tà huy
Duyên trăm năm ấy còn gì cho nhau
Em về xuôi dáng biển dâu
Vệt rêu cổ tháp phong sầu nhạn bay...

CHUỒN CHUỒN

Mười năm tưởng đã Chuồn chuồn
Ô hay, cũng vẫn nỗi buồn kinh niên
Một điều thưa với tổ tiên
Khéo tiền đô vá, vụng tiền đồ may.

BIA MỘ

Mai rồi bia đá mọc rong
Tuổi tên tóm gọn một dòng vô tri
Trăm năm giữ lại được gì
Tới Em cũng bỏ, lấy chi đội mồ.

TÌM

Tìm nơi đất khách: Rỗng không
Tìm về cố thổ: Viễn thông vô tình
Tìm trong hậu vận: Bất minh
Tìm sang cổ tích: Thấy mình... Lý Thông.

XƯA

Đường xưa dấu ngựa cỏ bồi
Áo xưa mùn rửa trên đồi giải quân
Người xưa bạc mắt phong trần
Hồn xưa chôn kín mộ phần sử thi.

THỤ PHẤN

Uống mừng nhan sắc vu quy
Qua sông mắc cạn tiếc ly rượu mời
Hờn ghen chi ngọn gió trời
Mà hoa thụ phấn giữa lời bướm ong.

CHIM CHIỀU

Chiều chiều chim hót cầm chừng
Để dành hơi sức hót mừng ban mai
Sáng mai chim gặp liêu trai
Vừa hót vừa khóc, tiếc hoài ngàn năm.

TRẺ CON

Thương em cái bụng đàn bà
Cái dạ con nít thiệt thà vô tư
Cứ ai đầu trọc là sư
Cứ ai ngoan đạo là người chính chuyên.

Ở PHỐ

Em từ cõi phố trên cao
Em tuột xuống dốc em vào phố tôi
Phố chiều bụi bặm mồ hôi
Cả hai hóa bướm cặp đôi say... mùa.

EM...

Em về đêm xuống lụa là
Bóng trăng run rẩy trong tà áo bông
Tiếng đờn tiếng địch viễn vông
Mà tơ vương ấy treo bồng bềnh nhau.

GÁI SÔNG BA

Sông Ba bẻ ngoặc chạm chiều
Ướt lưng quần gái thủy triều bông lơn
Em che nhan sắc dỗi hờn
Nước chảy đời nước cấm lờn mặt nhau.

RỐI

Tường vi nở rối gầm trời
Tiếng ai cười vỡ một thời tri âm
Hình như mãn nguyệt trăm năm
Chỉ vầng trăng khuất biết thầm lặng đau.

MẶT TRỜI CỔ THỔ

Sáng lên tháp, hóng tà huy
Chờ nghe nhạn cũ rũ đi vô thường
Chiều về biển, đợi tà dương
Rót say vào sóng vỗ bươn chải đời.

NỢ

Qua sông mắc nợ chân cầu
Nụ hôn mắc nợ đêm lầu vạn hoa
Từ quy mắc nợ quan hà
Viễn hành mắc nợ sân ga hồi còi.

ĐÊM HỜI

Trăng Hời chênh chếch tháp xưa
Dáng Chiêm nương đổ vàng mùa ly hương
Một bầy dắt díu ngàn phương
Thân tàn ma dại, Chế vương đâu, trời?

XÁC RỖNG

Coi như bán rẻ linh hồn
Mười năm mua cuộc sinh tồn cũng xong
Ta còn cái xác rỗng không
Mai về bản quán nằm rong rêu đời.

CHIM DI

Mùa xuân đủ tháng đủ ngày
Từng bầy chim hót trên dây điện đường
Có qua một dận tha phương
Mới hay thơm thúi cũng hương quê nhà.

TÌNH GIAN LÝ NGAY

Thương người chẳng dám ho he
Tức như con muỗi vo ve ngoài mùng
Lẳng lơ gì một cái hun
Mà em cứ bắt tiệt trùng đời nhau.

TIẾNG ĐỜN KHUYA

Chèo queo em ngủ một mình
Ướt khô mặc kệ, đứa tình đứa tang
Đờn bầu oán nhịp song lang
Nửa đêm xé ruột, đau càng thêm đau.

THA HƯƠNG

Chim di còn biết ngõ về
Người đi ngoảnh lại bốn bề ma phương
Thương hồ quen thói bất lương
Mua da thịt thiếp, bán xương máu hầu.

GÓC SƠN KHÊ

Dặt dìu hương mật sơn khê
Hồn ong phách bướm rủ về tầm xuân
Hoa rơi đấy vực vô trần
Từ ngôn gượng gạo cầm chân nhau rồi!

GIEO NHÂN GẶT QUẢ

Nửa đời phù phiếm gieo Nhân
Chừ ngồi gặt Quả nửa phần đời sau
Trăm năm Vô Lượng bể dâu
Tùy Duyên tác Nghiệp lấy đâu Vô Thường?

EM VÀ THƠ TÔI

Gắp em ra khỏi bài thơ
Là thôi vương vấn những khờ khạo đau
Sạch trơn từ đít tới đầu
Tiếc câu lục bát nông sâu một mình.

TUYẾT VIỄN XỨ

Xứ người tuyết trắng mênh mông
Nhìn về quê quán rỗng không mất rồi
Rộn ràng vóc núi dáng đồi
Dưng ta sỏi đá mồ côi một đời.

MỎI MÒN

Ta đi qua núi, núi mòn
Qua sông sông cạn, ta còn tay không
Nãn lòng, em hết chờ mong
Quay vào, khép cổng, thưa chồng: ăn năn.

BUỔI CHIỀU THU ĐÔNG

Nắng nghiêng về phía miên trường
Mặc cho lá vỡ xuống vườn tịch liêu
Phương Nam tíu tít cười chiều
Chim di biển Bắc buồn, kiêu ngạo... buồn.

BÉ

Ngủ đi, trăng vẫn còn đầy
Vẫn hương mười sáu, vẫn ngày tinh khôi
Ban mai sương vẫn tràn môi
Bâng quơ xưa vẫn ta ngồi thơm... trăng.

LẬP ĐÔNG

Mùa đông trắng bất thình lình
Mau về sôi động trên mình mẩy nhau
Chim trống rỉa sợi lông đầu
Hỏi bà chim mái: Thấy màu đông chưa?

ÁP THẤP VỀ

Áo em nhiệt đới mấy tà
Đêm ta áp thấp mặc qua khỏi đầu
Cõi chung mưa nắng cạn sâu
Tình riêng mỗi giọt nhiệm mầu cũng khô.

MIẾNG VÀ TIẾNG

Cái Miếng lặn lội đường xa
Cho con nửa kiếp lê la xứ người
Cái Tiếng giết chết cái Đời
Mai cha nằm xuống, lạy trời, ít hôi.

ƯỚC VỌNG CUỐI ĐỜI

Cái hồn ra khói bay lên
Quyện vào mây trắng bồng bềnh nổi trôi
Cái xác còn dúm tro vôi
Gởi về lũ nhỏ mồ côi có thờ.

VUI BUỒN XỨ KHÁCH

Bốn mùa một nỗi lưu vong
Buồn không kịp khóc, vui không kịp cười
Miếng cơm manh áo xứ người
Đớn đau mấy cũng không lời thở than.

KIỀU

Mười lăm năm vận Thúy Kiều
Mười năm ta hạn Việt kiều bán thân
Xùng xình bãi rác hố phân
Chạy đâu cho thoát phong trần Tố Như?

TRI KỶ

Em về bên bến mắc mưa
Áo vu qui mỏng nên chưa ra chào
Trùng trình cặp rượu hồng đào
Đợi nhau đến nguội làm sao chia buồn?

THIỀN ÂM

Đêm sư mộng vãi, bàng hoàng
Khắp cùng da thịt nghe toàn mùi trăng
Hồi chuông đổ xuống vĩnh hằng
Cây bồ đề lộc vùng vắng lả buông.

MÙA YÊU ONLINE

Này, hoa rượu Valentine
Có tình cho mấy online cũng buồn
Nồng nàn, em ảo, đất vuông
Vài ly chuếnh choáng, trời tròn, ta hư.

XỨ KHÁCH

Mười năm vong bản sống mòn
Mười năm biệt xứ vẫn hoàn cu li
Đội ơn nhân nghĩa hoa kỳ
Cho ăn cho ở thua gì mẹ cha.

LỠ BƯỚC

Trâu bò đi lạc nhớ chuồng
Ta đi đúng hướng lại buồn nhớ quê
Biết đường mà chẳng dám về
Một khi lỡ đóng trò hề... sĩ phu.

NỢ ĐỜI

Lục bình mắc nợ dòng sông
Đời ta, em cõng mà không thấy đòi
Mắm ngon mắc nợ lũ giòi
Đôi ta lủng củng, nợ coi như... xù.

TRỪ TỊCH

Long đong tháng Chạp nổi chìm
Con đò vô tịch đi tìm tháng Giêng
Mùa Xuân say một trường miên
Để dòng sông chảy cạn duyên đôi bờ.

VƯỜN...

Ong Bầu hút mật bông bầu
Về ngang dây bí gục đầu tiếc hương
Giá xưa đừng mắc mù sương
Bông vàng bông trắng tỏ tường nợ duyên.

NỬA CHỪNG XUÂN EM

Xài chưa hết một đời chồng
Mà em đã giống cải ngồng giêng hai
Gió ngàn phương thổi đắng cay
Hoa vàng lả tả phấn bay vườn người.

HÔN

Đè đầu hôn đại mỏ em
Như vừa Xin lỗi vừa kèm Cám ơn
Giá mà cái mỏ bớt... trơn
Lòng ta đâu trượt giữa cơn em cười.

TIỂU QUỲNH

Nửa đêm bông búp dậy thì
Ta rưng rức uống từng ly giao thừa
Bốn mùa che nắng chắn mưa
Đến khi em nở ta xưa mất rồi!

TẠ LỖI CÙNG QUÊ

Chim bay phủi mỏ bỏ rừng
Người đi phủi đít xem chừng bỏ quê
Gỗ mục, đinh nuốt lời thề
Khi đi: chó cảnh, khi về: chó hoang.

NỤ CƯỜI ĐÔNG

Buồn vui đâu bởi khẩu hình
Chiều nay cười khóc vô minh mất rồi
Cuộc Người còn mấy xa xôi
Tuyết rơi đàng đất, nắng trôi đàng trời.

TÌNH XA

Non Bồng khuất bởi vườn mây
Em ngồi chải tóc che đầy một vai
Ta về dụ dỗ liêu trai
Tiếng vo ve sợ vành tai hững hờ.

NHỚ QUÊ

Tựa lưng Bắc Đại Tây Dương
Bồn chồn quê mẹ đèn đường sáng chưa?
Làm sao về trước trận mưa
Chợ đêm chưa nhóm, chợ trưa tan rồi...

ĐỜI MÒN

Mấy thằng tráng sĩ ngày xưa
Bây giờ "đá cá, lăn dưa" xứ người
Chào nhau, tỉa tót nụ cười
Đố cha thiên hạ biết đời đã... thiu.

BẾN CŨ

"Ngựa quen đường cũ" ta về
Ngó quanh ngó quất ê hề đỏ xanh
Đi tìm chén rượu Doanh Doanh
Ơ hơ... quán cỏ hóa thanh lâu rồi.

SOI GƯƠNG

Ta: Trăm năm kiếp ngựa thồ
Mới nghe hai tiếng Giang Hồ đã run
Một thân chí nhụt tài cùn
Bốn bề lắm đất dế giun, cười ruồi...

GHEN

Xé toang mưa gió đen ngòm
Ta lao về phía áo cơm tối mò
Mặc cho bên ấy reo hò
Đèn hoa đỏ rực tiếng no nê cười...

THÁNG CHẠP

Thê lương tháng Chạp sớm chiều
Nghe như cố thổ ít nhiều phôi pha
Làm sao nuôi nổi tình xa
Nắng mưa có trận, bông hoa có thì...

RƯỢU VÀ HOA

Dốc ly, ực! Một tiếng khà
Câu thơ nở nhụy khai hoa chào bàn
Rượu trong thơ vốn sỗ sàng
Nghe thơ trong rượu dịu dàng, đâm ngoan.

MÔI CONG XUỐNG PHỐ

Cong môi nhốt nụ cười suông
Tiếng răng nghiến vỡ nỗi buồn gãy hai
Em đi xuống phố mốt mai
Ơ hơ! Quanh quẩn dấu hài hôm qua.

THÁNG MƯỜI

Tháng Mười mặc váy làm chi
Coi chừng đau bụng mỗi khi gió lồng
Tháng Mười se lạnh hơi đông
Thăm chừng mấy nẫu muốn chồng lại chưa?

HAI MIỀN TRĂNG

Vầng trăng từ độ gãy đôi
Chia Nam sẻ Bắc mồ côi nhau rồi
Nửa em lóng lánh vàng trôi
Có thương nhợt nhạt nửa tôi xứ người.

SẮC ĐÔNG

Sương mù bốn phía trùng vây
Sấp trời ngửa đất mỏng dày lập đông
Lặng thầm tìm Sắc giữa Không
Giọt sương bé dại thấm mông mênh buồn.

LẶNG THẦM EM

Tìm trong đổ vỡ dáng xưa
Tìm trong hoang phế nắng mưa vô thường
Em còn cổ tích mù sương
Em còn nửa giọt yêu thương lặng thầm...

MÁU

Cái hồi chí khí lận lưng
Máu ngon chảy hết trên rừng mà vui
Giờ còn ít giọt đen thui
Cũng lo tính toán hên xui với đời...

HẠ SAN

Đốt chùa, tiễn Phật lên trời
Đêm nay tiểu sãi xin rời hậu môn
Ba ngàn thế giới càn khôn
Thiên trì nửa chén đầy hồn giai không?

PHỤC VIÊN

Có tên thảo khấu hết thời
Lục lâm sạch rượu, về chơi vườn đào
Lẫn trong tiếng gió phều phào
Tiếng xiêm tiếng áo thì thào rủ rê.

TIN VUI

Ở rừng lâu: Quên tánh Người
Nghe Em chồng bỏ, ta cười ngã nghiêng
Vắng chợ lâu: Quên mùi tiền
Thấy Em hết vốn, hồn nhiên ta mừng.

BẮN

Sững sờ, tiếng đạn xé trời
Ngực ta lủng lỗ, súng người khói bay
Coi như xong cuộc trả vay
Máu kia tưới đỏ, rừng này mọc xanh.

ĐÃ TỪNG NỢ NHAU

Nợ chưa hết, lại đi vay
Coi như kẹt vốn trong tay nhau rồi
Được mùa: tài khoản đủ đôi
Mất mùa: mật khẩu em đòi riêng tư.

NHẮN CON SÁO

Có buồn sáo cứ sang sông
Miễn đừng để ướt cái lồng ngày xưa
Có hót thì hót lưa thưa
Đừng hót liên tục khó lừa cố nhân.

GIẤC MƠ NHỎ

Mai về quê cũ buồn vui?
Đưa nhau một đoạn ngậm ngùi tri âm
Nuốt đi từng giọt lệ thầm
Thương ta, em cứ bình tâm nụ cười.

NGẨN NGƠ
MÙA THU CON SÓC

Chiều ngập thu, mưa ngập đầu
Thương con Sóc nhỏ biết đâu tìm về
Rừng xa mất dấu sơn khê
Đường quen cạm bẫy tứ bề, Sóc ơi!

MÙA THIÊN DI

Quạ kêu "Quà quạ" như đùa
Thu tàn lạnh chớm, thưa mùa! quạ đi
Cúi đầu chắp cánh sinh ly
Ra Giêng sạch nợ thiên di, quạ dìa...

ƯỚT...

Thương từ mắt ướt đầu xanh
Thương qua môi ướt tròng trành oan khiên
Ngủ thôi, mộng ướt hồn nhiên
Mặc cho biển sóng ướt miền cát nhau.

CHUYỂN

Hôm qua bỏ lại giang hồ
Một sân nghịch đạo, một bồ vô luân
Còn đâu dăm hạt thụ nhân
Liệu gieo có khắp phong trần hôm nay.

CHIA LY

Qua chưa hết một vọng âm
Đã nghe nỗi nhớ thì thầm ỉ ôi
Đừng đem "bèo dạt mây trôi"
Để ngăn nước mắt lạc trôi má người...

THUỞ MƯA RỪNG

Ngồi mưa phố, nhớ mưa rừng
Ngày xưa có gã dửng dưng kiếp người
Những đêm nát đất vỡ trời
Gã thành con thú hú lời sài lang.

TRÚ RÉT

Chạm mùa, ra phố, phố tê
Tới cây trụ điện cũng lề mề run
Học đòi kiểu đất yêu giun
Em he hé bụng, ta chun vô nằm...

XÔ

Bốc đồng, xô nắng, nắng xiêu
Xô mưa, mưa đổ, xô chiều, chiều nghiêng
Xô người, người té, an nhiên
Xô ta, ta rụng xuống miền thị phi.

DA NGỰA

Ngựa xuôi châu thổ rập rình
Long mồm lở móng vượt binh đao về
Thành Nam nuốt chửng lời thề
Nắm xương tử sĩ chưa hề bọc da?

SÂN CHÙA

Sân chùa đã trải niết bàn
Mời em mở cổng tam quan bước vào
Trăm năm vừa chín hồng đào
Thái như khẽ tiếng Chào mào hót kinh.

GIỌT SƯƠNG VỠ

Trăng xa, phố lạ: bất tường
Trên lưng dế gáy giọt sương trở mình
Vít cong ngọn cỏ Vong tình
Thình lình sương vỡ, thình lình mắt cay.

ĐÊM NGHE DẾ GÁY

Ơ hay, con dế Huê Kỳ
Gáy bằng tiếng Việt thua gì dế ta
Ơ hay, ta bỗng nhớ nhà
Lập thu tiếng dế khảo tra đất cày.

ĐI ĐI EM

Buông ra để em lấy chồng
Ta cười quân tử chớ lòng quặn đau
Kiếp này lấy chẳng được nhau
Làm sao đánh dấu kiếp sau tìm về?

HẾT TUỔI

Dừng chân kẻo cuối dốc rồi
Cơn mê bách tuế đến hồi cáo chung
Ta đi vào cõi tiệt trùng
Ít duyên lắm nợ em cùng theo không?

BỖNG THẤY...

Đôi khi chững chạc làm người
Thấy trong mông muội sáng lời thánh kinh
Đôi khi xả láng hết mình
Thấy trong đổ vỡ bóng hình tổ tiên...

CHĂN

Nông dân phải biết chăn bò
Nên em phải biết hát hò dỗ anh
Mặc cho thiên hạ nói hành
Đôi ta dốc hết lòng thành chăn nhau...

VIẾT VÀ CHƠI

- Thưa cha, ảnh gốc giang hồ
- Con ơi, đừng lấy chi đồ bất lương.
- Má ơi, ảnh giới văn chương
- Giời ơi, ngữ đó rặt phường Sở Khanh.

SẮC CHIỀU

Chia em bớt nửa nắng vàng
Còn màu mắm ruốc tím hoàng hôn ta
Miễn sao bên ấy chá là
Ngăn giàn bông bí la cà bướm ong...

SỐNG HẸP

Sống quen đất hẹp người đông
Mai sau thoải mái nằm trong quan tài
Ngắn bề rộng, cụt bề dài
Trăm năm chật chội đầu thai cho rồi.

NGƠ NGẨN THU

Mùa thu mưa nắng đàn hồi
Để trời trở gió, để tôi trở cờ
Lạy quê, vạn lý rêu mờ
Chiều ngơ ngẩn lặng, tôi ngơ ngẩn... chìm.

LÂM SÀNG

Mười năm đãi cát tìm vàng
Vô tri mà chết lâm sàng mười năm
Em bưng rượu phạt khấn thầm
Ta bưng con mắt khóc lầm lỗi xưa...

LỤC BÁT CHỪ...

Vài câu lục bát cầm hơi
Coi như cố níu cuộc chơi giang hồ
Ngựa hoang chừ hóa ngựa thồ
Thảo nguyên chừ hóa cỏ khô trong tàu.

RƯỢU THA HƯƠNG

Vô tình chén rượu viễn phương
Say đau say đớn dặm trường từ quy
"Tha hương nan ngộ cố tri"
Sao con chim Khách hót chi vậy, trời?

CHÌM

Hoàng hôn chìm xuống đáy sông
Con trăng quá vãng đèo bòng hồi sinh
Ta chìm tận đáy chân kinh
Sao em cứ lật trùng trình từng trang?

KÍNH THƯA

Kính thưa người của hôm qua
Rượu trong, chén ngọc cũng là để say
Kính thưa người của hôm nay
Be sành chưa rót đã say nhau rồi.

KHÓC

Ngàn trùng, nước mắt chảy xuôi
Ta về, chảy ngược, em vui hay buồn?
Oan gia đâu mỗi tình suông
Em hít hít mũi dấu nguồn yêu thương.

HƯƠNG

Miệng thơm, mình mẩy cũng thơm
Đêm huê nguyệt mộng như Bờm mộng xôi
Trăng mờ, môi vấp phải môi
Em văng nước miếng, khổ, hồi xuân ta.

GIÓ PHÍA EM

Núng na núng nính qua cầu
Em dốc sạch nắng em đầu tư ta
Gió Nam non thổi chiều già
Hoàng hôn Đông Bắc vướng tà áo em...

QUA VỤNG SƯƠNG MAI

Sương dày như khói đốt đồng
Dường như lạc giữa hư không mất rồi
Thả rông ký ức khứ hồi
Mặc bôn ba dẫn đời trôi ngang đời...

GIỜ NGỌ

Em về chi giấc mộng này
Gian nan ta lắm những lầy lội xưa
Dường như giữa chuyến ngủ trưa
Em cười nắc nẻ đẩy đưa lòng mình...

RƯỢU CŨ

Em cười cặp mắt đong đưa
Cặp môi dãnh trớt, em lừa tim ta
Chạnh lòng tiếc ngọc thương hoa
Tưởng người chồng bỏ, té ra... bỏ chồng.

CHẠY

Theo đời chạy marathon
Đích không thấy đích, người không còn người
Sắc son đỏ vía ma Hời
Linh thiêng chìm khuất nụ cười rêu phong.

NUÔI TÓC

Lặng thầm đo sợi tóc thề
Theo câu thơ cũ em về thăm ta
Dài chưa dài, xa mãi xa
Trăm năm lỗi hẹn, hẹn qua luân hồi...

NỤ CHIỀU

Em gieo gì xuống tịch dương
Để chiều ta lạc vô phương xứ người
Lần tay chạm phải lưới trời
Ô hay, ở đó nụ cười ai giăng???

THÁP NHẠN 1

Xưa thời "én Bắc nhạn Nam"
Giờ xuân cổ tháp mỗi phàm phu tôi
Nhìn sông Chùa nước lẻ đôi
Lòng như chú tiểu sục sôi nhớ đời.

THÁP NHẠN 2

Xưa thời "tay xách nách mang"
Giờ ly rượu cúng mênh mang ta, chiều
Còn ai "quạ nói với diều..."
Thì thôi cổ tháp say hiu hắt mình.

THÁP NHẠN 3

Xác ta đầy ngập hồn Hời
Ly hương lơ láo giữa trời cố hương
Tiếng bầy chim yến thê lương
Gào đau mất tổ, gào thương mất nhà...

THÁP NHẠN 4

Ta về ngược bóng tà huy
Duyên trăm năm ấy còn gì cho nhau
Em về xuôi dáng biển dâu
Vệt rêu cổ tháp phong sầu nhạn bay...

ĐỔI NGÔI

Sao hôm cứ kiếm sao mai
Mặc cho thiên mệnh hết ngày lại đêm
Thương mình nguyệt thực nhọ nhem
Thương ta nhật thực lấm lem trăm mùa...

DUYÊN

Ta vào mùa hạ tìm thu
Hoa vàng bỏ cuống đi ru lá vàng
Em giờ ngự chốn đa đoan
Bốn mùa tàn nhẫn cỗ bàn mời... ta.

NỢ

Mùa đông gán nợ mùa hè
Cơn mưa nhỏ xíu đủ che bóng đời
Ờ, thì... tháng Sáu tăm hơi
Tóc xưa thôi mượt, áo người thôi hoa...

MA HỜI

Về quê không dám ngó lên
Sợ ươn quốc thể, sợ hèn gia phong
Mười năm nặng kiếp lưu vong
Hột cơm đất khách đắng lòng tổ tiên.

XƯƠNG CHA Ở CHÙA

Gởi cha tạm trú góc chùa
Con đi qua Mỹ con mua nhang đèn
Xương cha khoan vội hóa đen
Con về đánh trống thổi kèn rước cha.

HAI NỬA TRĂNG EM

Hai nửa vầng trăng của em
Dẫu đầy dẫu khuyết anh xem làm gì?
Lấy đâu ra buổi xuân thì
Mỗi hương mỗi sắc chu kỳ em qua.

NGẪU HỨNG TRỊNH...

Ừ, thì..."một cõi đi về"
Cớ gì mưa nắng bộn bề ướt khô
Hết duyên, cởi áo giang hồ
Theo chuông phổ độ gió thổ lên mây.

SINH NHẬT

Ngậm ngùi hết nắng chợ phiên
Trời tiền mãn kiếp, đất tiền mãn kinh
Rượu vang dâu bể vô tình
Rưới ly mừng thọ ướt sinh nhật buồn.

TÓC CHẤM VAI

Gội đầu, tóc chấm vai rồi
Xuân thì lại ởn ẻn đồi trăm năm
Giọt xưa còn mấy hương trầm
Mà gương ngực trắng thơm nhầm thiên thu.

CON MỒI

Đôi khi viên đạn lạc loài
Cố rời họng súng ra ngoài kiếm ăn
Đôi khi khỉ vượn giỡn trăng
Đâu hay tứ phía thợ săn rập rình.

THỦ THỈ SÔNG BA

Sóng dài hơn cả một đời
Sông sâu hơn cả lòng người thức đêm
Tràng giang ta thuở chân mềm
Gót phù sa đỏ nỗi niềm sông Ba.

DUYÊN CON SÁO

Tưởng đâu con sáo sổ lồng
Ai dè con sáo nhớ sông quay về
Con sáo của tôi nặng nề
Bay qua không nổi lời thề gia tiên.

BOSTON LẬP ĐÔNG

Thu tàn phố vắng nai vàng
Chỉ còn lũ sóc bên đàng láo liêng
Đất hiền người cũng sanh hiền
Đến bầy sẻ cũng múa chuyền trên vai.

UỐNG ĐÊM TỪ HẢI

Bốn chung Từ Hải biệt Kiều
Rượu mời rượu phạt cũng đều lả say
Em cười, nghe cả trùng vây
Ta buồn, xung trận, biết ngay khó về.

LƯU HƯƠNG

Hương nào để lại thơm đời?
Hoa thuyền nào chở hết người tri âm?
Yến oanh về cuộc ngàn năm
Nhớ nhau xin đốt nén trầm tưởng nhau.

LẠC BƯỚC

Đường về đâu? Mất dấu rồi!
Loay hoay, tuyệt vọng như giòi phải tro
Tổ tiên thất lạc mả mồ
Mùa đi lắm gió, sót gò mối trơ...

NGƯỜI ĐI

Em đi... Cầm chắc đi luôn
Hàng cây trụ điện đứng buồn ngẩn ngơ
Nhìn theo... Ta cũng dẫn đờ
Như vừa thất thoát câu thơ huê tình.

CHẠM ĐÔNG

Nhắn người: Tuyết sắp rơi rồi
Mùa đông tác nghiệp trên đồi vọng thiên
Ta ngồi, vai lệch mộng nghiêng
Nghe trời rét mướt trắng miền buồn thương.

NGÂN HÀ

Ờ, thì... nuôi mộng Ngưu Lang
Chờ đêm Chức Nữ đến vàng son nhau
Sá gì đôi giọt mưa Ngâu
Để xuân đại hạn trắng màu viễn phương.

CHIỀU TỨ XỨ

Nắng sà hết bảy còn ba
Chiều sa chạng vạng màu trà hoàng hôn
Xứ người bóng xác vùi chôn
Mai về bản quán cô hồn tịch liêu.

TRĂNG VẸT

Chợt đêm khểnh, chợt đêm cời
Mình em lòe loẹt góc trời thu đông
Vẹt mòn giọt sáng phiêu bồng
Chìa chi bán nguyệt cổ đồng, ta đau.

SAY CHIỀU VỘI VÃ

Chiều em, say nắng má hồng
Chiều ta, say rượu thơ lồng lộng bay
Em che mặt: nửa bàn tay
Ta che lục bát: nửa mây quan hà.

CHỈ LÀ THƠ

Thơ sao trói buộc được người
Chỉ là giam lỏng một đời bèo mây
Em về kẽ lại chân mày
Kẻo cơn mưa cũ toan đầy mắt xưa.

CHI VỘI

Rượu mời còn chửa cạn ly
Em hô "Rượu phạt" lấy gì chẳng say
Trăm năm chửa kịp trưng bày
Mắc gì em vội lấy ngày thiên thu.

TẮM SUỐI

Rừng thâm, gái Thượng mắt vàng
Thỏa thuê suối bạc như đàn sơn dương
Dấu xưa chết cỏ mòn đường
Du ta lâm trận Nghê thường cao nguyên.

CÁI VẠC

Thì thôi, phải nuốt lời thề
Đêm qua cái Vạc trốn về đồng xưa
Vội vàng đội cả cơn mưa
Kịp ngăn tôm tép mắc lừa đó đơm.

VẮT CẠN VỐC TRĂNG

No nê một vốc trăng đầy
Giọt trăng theo kẽ ngón tay tràn trề
Mật vàng vắt xuống cơn mê
Mùa ta chồng vợ phủ phê ánh rằm.

HẬU TRƯỜNG

Hạ màn, trống xổ, vãn tuồng
Khóc cười cho đã rồi buồn dã man
Kép đào sân khấu hóa trang
Canh ba ngồi bới tro tàn, nhức tim.

CHỞ

Hoàng hôn chở nửa buổi chiều
Buổi chiều chở cả dập dìu hoàng hôn
Môi người chở nửa nụ hôn
Nụ hôn chở cả dại khôn một đời.

TRÊN MIỀN KÝ TỰ

Gieo vào ký tự tiếng người
Gặt trong ký tự khóc cười yêu thương
Đôi bờ phủ sóng vô cương
Đôi ta phủ sóng mười phương bốn mùa.

VẬN MỆNH

Có buồn thì cũng đã xong
Coi như vận mệnh non sông sắp rồi
Xứ người lạnh lẽo chiều trôi
Tiếng chim Vũ Đế cũng thôi não nùng...

U UẤT MẮT HỜI

Soi gương thử ngoác miệng cười
Ơ hay, vẫn cặp mắt Hời hiện ra
Hồn Chàm kính Chế Bồng Nga
Hồn ta không lẽ hận cha anh mình?

BÔNG HỒNG TRẮNG

Một bông hồng trắng thế thôi
Thiên thu chùng xuống, mẹ tôi lên trời
Hạc vàng cõng tiếng à ơi
Ru từ đời mẹ đến đời con ư?

NHỊP TIM

Trùng trình máu chảy về tim
Chỉ e ngưng đập khó tìm lại nhau
Dỗ dành tĩnh mạch nén đau
Rót thương nhớ xuống hồng cầu úa khô.

MƯỜI NĂM CỦA MẸ.

Mười năm tù tội, trở về
Mẹ chưa hết nắng đã thê thảm chiều
Mười năm gà mái chọi diều
Tuổi năm mươi... Mẹ, ra điều bảy mươi?

MƯỜI NĂM CỦA NGỰA

Ngựa hoang ngã xuống đồng hoang
Mười năm sa bẫy hí khan điệu buồn
Mười năm khuất nhục vó cuồng
Leng keng yếm nhạc vọng chuông ngựa thồ.

HÀNH TRÌNH NƯỚC

Nắng quen múc biển làm mây
Tưới mưa lên núi, chảy đầy suối sông
Ta theo vận nước giáp vòng
Qua đồng lắng cặn cho đồng phù sa...

CUỐI MÙA

Giã từ tro bụi đông phương
Chôn thân thế xuống tuyết sương xứ người
Co ro lạnh cả nụ cười
Dường như sinh khí đang rời sinh linh.

LY HƯƠNG

Lang thang như đứa ma Hời
Ta đi vô thức giữa trời đất ai
Mịt mùng quá khứ vị lai
Tài hoa chìm xuống, ăn mày nổi lên...

VỌNG NGUYỆT

Đêm bán nguyệt, vầng trăng nghiêng
Em gieo phân nửa xuống miền thơ ta
Dặm ngàn một thoắt phù hoa
Vọng thăm thẳm ấy thoáng lòa nhòa trăng.

HÓA

Thương bò, rạ hóa thành rơm
Thương anh, em gạo hóa cơm, ai cười?
Cứt vàng hóa tiếng phân tươi
Anh qua lửa hóa vàng mười của em.

NỬA VẦNG TRĂNG GÃY

Người xưa bẻ gãy vầng trăng
Nửa chôn xuống đất, nửa giăng lên trời
Người nay thủ thỉ ru hời
Vỗ về khuyên nguyệt mượn lời ca dao.

TIẾNG CHIM KHÁCH

Đừng nghe chim Khách hót lừa
Khi người bản mệnh mắc mưa vô thường
Tà huy dằng dặc tà dương
Tiếng chim còn khản, sắc hương còn gì?

PHẬT NHỠN

Bao giờ qua ngang đời nhau
Mời em ít phút ngoảnh đầu ngó ta
Ta còn cặp mắt đối già
Lim dim Phật nhỡn sạch tà khí xưa.

HỎA TÁNG

Đời cha thiêu củi thơm lừng
Đời con thiêu điện xem chừng tanh tanh
Cũng là diện kiến trời xanh
Sao cha mây trắng, con đành mây đen?

ÁO PHẬT

Đêm nghe sông núi thở dài
thương ta nông nổi tự đày đọa ta
Về nơi Phật chán cà sa
Mặc áo giấy lạy hồn ma mặt người.

VỊNH TRÁI VÚ SỮA

Như con Bồ Hóng cứng đầu
Ta bu chắc nịch trên bầu sữa em
Mùa Người quá nửa lấm lem
Nửa còn ráng giữ trắng mềm nuôi nhau.

BUỔI CHIỀU, EM VÀ THƠ

Em... Thơ mà chiều cũng... Thơ
Lòng ta mỡ nạc bên bờ ái ân
Khẽ khàng gỡ dãi yếm hồng
Trời gieo lạc nghiệp lên bồng đảo em.

NGỰA CHIỀU

Vó câu hun hút, thôi rồi!
Chiều lên lưng ngựa đếm còi cọc xương
Đâu thời nước đại ngàn phương?
Chừ đi nước kiệu dặm trường hẩm hiu.

DỖI

Tội gì gây gổ với chiều
Để da thịt ấy phập phều cô đơn
Nụ người vốn sẵn tùng tơn
Nắng theo không kịp sao hờn dỗi nhau?

CHIỀU MƯA TAM QUỐC

Chiều mưa thương gánh hát rong
Đèn không đủ thắp Quan Công ngậm ngùi
Sao "phò Nhị Tẩu" về xuôi
Mưa sa tuồng tích cũng vùi chữ Trung.

THANH XUÂN CHIỀU

Ôm chiều, anh lội qua sông
Nên chiều mắc cở cứ bồng bềnh trôi
Ôm em, anh chạy lên đồi
Để em xấu hổ cứ vùi vào anh.

EM ƠI, SÓNG

Dọc miền biển Bắc lả lơi
Đâm lo phương ấy có người hư thân
Gió chiều lơ đễnh dạng chân
Trời ngang nhiên sóng cuốn quần em trôi.

DẠ!

Chiều nghe em "Dạ" thật ngoan
Ta buông đời xuống đi hoang nỗi gì
Chim trời mỏi rạc thiên di
Ta nâng tình dậy xuân thì với Em.

CUỐI GIÓ

Nam Cồ thổi tốc váy người
Mùi hương trần tục cứ vời vợi bay
Cần gì uống rượu để say
Ngửi em qua qua gió đã xây xẩm rồi...

MẮT ƯỚT

Vui buồn đáng giá bao nhiêu
Mà hai con mắt ít nhiều ướt khô
Ta hù, nay Sở mai Ngô
Thật ra cũng chỉ giang hồ... quanh em.

MẮT KHÓC

Ngóng nhau giác mạc cũng mòn
Đỏ con mắt nọ, khóc con mắt này
Chừng nào vú mẩy hơi tay
Thì đôi mi ấy mặc may ướt đều.

MƯA RA NẮNG

Mưa bay nhằm nắng đành hanh
Chưa kịp tiếp đất đã thành làn hơi
Mong manh ta xuống cõi đời
Liền tan như gió ghé chơi đại ngàn.

CÕI RIÊNG

Còn bao tươm tất thịt da
Em gieo mình xuống cõi ta tràn trề
Sông dài biển rộng não nề
Lẽ nào chịu đứng bên lề đời nhau.

GÓC KHUẤT

Trời nghiêng góc khuất cũng nghiêng
Tội gì em bịn chung chiêng một mình
Chim trời hót tiếng đa tình
Chẳng qua hấp hối giữa nghìn trùng, đau.

RƯỢU VÀ YÊU

Đã uống phải uống tận trôn
Đã yêu yêu tận đáy hồn người ta
Rượu chè chén bảy chén ba
Yêu thương dứt khoát một ta một mình.

EM VÀ RƯỢU

Dìm ta chết giữa rượu người
Oan gia đâu hẳn một lời gió bay
Rượu nào rượu uống chẳng say
Không say sao dám ngửa tay hứng tình?

DI NGÔN CUỐI

Thôi, xong... hấp hối liệt giường
Em rải vàng mã lót đường cho ta
Sáng còn chân ướt chánh tà
Sợ đêm chân ráo bước qua luân hồi.

THAO TÚNG

Mưa dai thao túng cả chiều
Đường ta lỏng bỏng rác rìu thất thơ
Mắt người cù bất cù bơ
Về thao túng miết sanh đờ đẫn ta.

MÙA TÓC

Ít gì cũng chấm ngang vai
Để còn đo được chiều dài chiêm bao
Cứ qua xong mỗi ba đào
Ta về thở dốc, dụi vào... tóc em.

SUỐI CŨNG ĐỘC HÀNH

Một mình lủi thủi giữa rừng
Mới thương con suối cũng từng khát khô
Cội nguồn mưa nắng mơ hồ
Đời ta, đời suối ngây ngô độc hành.

"GATO" VỚI TÓC

"Ghen ăn" giắt lược tóc dài
Vầng trăng "tức ở" em cài trâm cong
Mắc gì chèo chống lòng vòng
Ta gieo khổ não xuống dòng tóc thương.

TIỄN BIỆT

Mai ta vào cuộc mả mồ
Giấy tiền vàng bạc tha hồ tung bay
Em đưa ta nhập cỏ cây
Tiếng kèn tiếng trống khóc thay tiếng người...

SÔNG BA MÙA XUÂN

Sông Ba trai gái sông Chùa
Đẻ ra tháp Nhạn, đổ thừa vua ban
Hồn Hời oán Chế "Điêu Tàn"
Nguyên tiêu đứt ruột tiếng đàn di cư...

SÔNG BA MÙA HẠ

Sông Ba nông nổi theo mùa
Phủi tay chống nạnh sông Chùa liếc ngang
Vọng chiều tiếng khánh Kim Cang
Hất nghiêng tháp Nhạn xuống hoàng hôn sông...

SÔNG BA MÙA THU

Sông Ba sáng nắng chiều mưa
Trời cho lành mạnh buổi trưa đôi mình
Một hoa môi đỏ trùng trình
Một lêu lổng gió trên mình mẩy nhau...

SÔNG BA MÙA ĐÔNG

Sông Ba nứt nhánh đâm cành
Chia nhau mà chảy cố giành biển Đông
Tiếc rằng trời đất mù không
Để mưa từng trải cướp công thủy triều...

SÔNG BA MÙA LỤT

Sông Ba mấp mé cổng làng
Xin em nín tiểu kẻo tràn lở đê
Mỗi năm mỗi lụt tứ bề
Yêu nhau phải giặt câu thề trên non...

SÔNG BA MÙA VU QUY

Sông Ba nhắn bậu sang ngang
Làm ơn cứ thẳng một đàng mà qua
Bên kia lỡ nhịp đa đa
Bên này bìm bịp tu oa, chiều rồi...

ĐÒ KHUYẾT CÙNG TRĂNG

Mây ngàn hạc nội miên trường
Tiếng Trương Chi động lên vườn nguyệt xưa
Đò cong sợ dáng trăng thừa
Vớt lên một khuyết cho vừa lứa nhau...

ĐÊM THỊ NGẠN

Ngón tay người lướt nguyệt cầm
Dưng khua phật tánh nảy mầm trong ta
Sinh linh cát bụi Hằng hà
Đêm ta thị ngạn, em và trăng... tươi.

ĐIỆP ÂM

Đi tu cũng giống đi tù
Nhớ đời thì ít nhớ m. thì nhiều
Quỷ yêu cũng giống người yêu
Ít khi lộ diện lại nhiều hóa thân.

CHUYỂN GIỚI

Đôi khi ta rất đàn bà
Sợ đời vô chủ, sợ già xấu đi
Đôi khi ta cũng nhu mì
Sợ tay vấy máu, sợ đi ngược đường.

VỀ NGƯỢC

Xoay đầu về ngược không gian
Nước non bao dặm mây ngàn bế quan
Quay lưng về ngược thời gian
"Giai nhân tự cổ" sang ngang mất rồi...

THỊ XÃ ĐÈN DẦU

Nhớ xưa thị xã đèn dầu
Dắt em dạo phố, phố nâu màu Hời
Con trăng nhầm đất lẫn trời
Đậu lên cửa miệng em cười... sáng trưng.

PHÚT THẬT LÒNG

Ở đời ai muốn vô tù
Chẳng qua lỡ miệng: Trượng phu anh hùng
Đàn ông đành ráng vẫy vùng
Chớ ai mà dám giỡn cùng đạn bom.

THỊ XÃ KHÔNG ĐÈN

Nhớ xưa thị xã không đèn
Tình ngon nhờ lũ chó quen hơi người
Nửa đêm em lúng búng cười
Bởi răng mắc ngậm đôi lời rất... hư.

CHÚT ĐỜI LẶNG LẼ

Không khai thì bảo rằng lì
Lục lâm thảo khấu đẹp gì mà khoe
Văn chương đâu phải là nghề
Chẳng qua nhỏ lửa kẻo khê chảo đời.

MÔI XƯA...

Môi hồng xưa chưa kịp hôn
Chừ trăm năm gọi vô ngôn mất rồi
Phải sông, bên lở bên bồi
Đôi ta lở cả đành ngồi xót nhau.

CUỐI TUẦN

Rượu ngon là bởi trăng tròn
Chưa say là bởi rượu còn nửa chai
Chơi dai là bởi đêm dài
Thơ hay là bởi ngày mai cuối tuần...

NGUYỆT...

Tròn lên em, sáng lên em
Vài ba hôm nữa là đêm rằm rồi
Cuộc chơi sắp ngửa luân hồi
Nguyệt ơi, tất tả một trôi không dừng.

SÀI GÒN ĐẤY EM

Sài Gòn không chỉ mỗi dơ
Sài Gòn còn lắm câu thơ đáng tiền
Em chơi, ta chẳng thấy phiền
Coi như em dạo chợ phiên Sài Gòn...

NỬA ĐÊM

Mười hai giờ... Mười hai giờ...
Một dòng nước miếng ướt bờ môi cong
Vang hơn cả tiếng thạch sùng
tiếng ta chắt lưỡi bên vùng chiêu quân.

ĐÔI BÊN...

Bên kia sông núi ngàn trùng
Bên này hào khí chập chùng hoang mang
Sóng hung vỗ biển điêu tàn
Trời thôi tĩnh buổi em tàn nhẫn đi.

VÔ TRẦN

Em về, hào phóng đam mê
Em về, phong tỏa bốn bề an như
Em cười, hoàn hảo chân thư
Em xui ta hóa thiền sư vô trần.

DẤU CHẤM HẾT

Hết mơ áo gấm về làng
Một quan tài lạnh, nhà quàn hẩm hiu
Tiếc gì xương cốt hỏa thiêu
Chỉ lo biên giới mưa chiều, hóa vôi...

HƯƠNG QUÊ

Máy bay qua mấy biển rồi
Sao hồn vía vẫn nặng mùi cá kho
Đi tìm chi bến tự do
Mà lòng chật hẹp con đò mé sông...

TÊN TUỔI

Chánh quyền thường sỉ nhục ta
Nếu không phản động cũng là lưu manh
Thắng thua vua giặc cũng đành
Chỉ e bia miệng vô danh, dị òm!

PHẠM GIỚI

Giá xưa em chẳng đi chùa
Thì ta đã trọn một mùa sa di
Lòng Tham theo lá quét đi
Em qua vung vãi Sân Si ngập chùa.

TÓC ĐỔ

Ngàn năm sông chảy đời sông
Trăm năm tóc đổ một dòng đầy lưng
Ngậm ngùi chim biệt xa rừng
Mây mùa thu ngỡ gió mừng tóc... reo.

HẬU LY DỊ

Đi qua gai góc, chân trần
Giận trời không đặt mắt gần hơn tim
Phải chi bay được như chim
Mùa thiên di mặc sức tìm thổ cư...

HẬU LY HÔN

Được tin chồng bỏ em rồi
He he..., không biết nên vui hay buồn?
Tích hay đâu đợi mãn tuồng
Chỉ thương đào chánh như xuồng bứt neo.

NGỰA CHỨNG

Từ em rào giậu Miền thương
Trần lưng ngựa chứng lỡ đường nhơi rơm
Lặc lè thổ mộ áo cơm
Lốc ca lốc cốc rũ bờm hí khan...

VÁ...

Gió năng nhặt lá vá rừng
Rừng xanh trở lại như từng chưa thu
Ta cười lành lặn trơn tru
Cảm ơn em chịu khó ru từng mùa...

GIỜ LÁN SÓNG

Nghìn trùng, quen "Dạ, em đây"
Đó đêm hoa mộng, đây ngày bình yên
Thầm thì, rúc rích, huyên thuyên
Đôi ta lán sóng, đôi Chiền chiện... bay.

NGÀY ĐI, NGÀY VỀ

Ngày đi núi đổ rừng xiêu
Mái đình lộng gió hò reo rộn ràng
Ngày về thân thế lỡ làng
Chỉ còn gió hát ru hàng cây khô.

NGƯỜI ĐI, NGƯỜI VỀ

Người đi vào cõi bụi mờ
Gieo chi ma mỵ xuống phù dung thơ
Người về thất trận cuốn cờ
Gặt câu lục bát trên bờ tà huy.

NGƯỜI QUÊ

Mẹ xưa cắt rún không đau
Để cha ấm đất chôn nhau góc vườn
Ta đi thất thổ trăm đường
Dẫu chưa bội nghĩa cũng phường vong ân.

Liên lạc Tác giả
Hùng Nguyễn
thaiyenhung@gmail.com

Liên lạc Nhà xuất bản
Nhân Ảnh
han.le@gmail.com
(408) 722-5626

www.ingramcontent.com/pod-product-compliance
Lightning Source LLC
Chambersburg PA
CBHW021423070526
44577CB00001B/38